உளவியல் நெருக்கடி

வீ பாலாஜி

ISBN 979-888569833-7

பொருளடக்கம்

முன்னுரை

உலகில் ஒன்றல்ல இரண்டல்ல எத்தனையோ வகையான மனநோய்கள் உள்ளது, அதில் மிகவும் அரிதான ஒரு வகை மனநோயை நான் சமீபத்தில் அறிந்து வியந்தேன். இப்படியும் ஒரு நோயா? என்ற எண்ணம் என்னை வெகு நாட்களாக உறுத்திக் கொண்டு இருந்தது. அந்த நோய் வர என்ன காரணம் என்று என் மூளை யோசிக்க தொடங்கியது. பதில் கிடைக்கவில்லை ஆனால் அந்த நோயை மையமாக வைத்து ஒரு கதை கிடைத்தது. அதை ஒரு சுவாரஸ்யமான க்ரைம் த்ரில்லர் பாணியில் எழுத முடிவு செய்தேன், அதுவே இக்கதை.

1

அசைலம்

ஒரு மெண்டல் அசைலம் (வன்முறை மிகுந்த மனநோயாளிகள் காப்-பகம்)! வன்முறை மிக்க மனநோயாளிகள் எந்த நேரத்திலும் ஆக்ரோ-ஷமாக மாறும் தன்மை படைத்தவர்கள் எனவே அவர்களை தனிமை படுத்தி சிகிச்சை செய்வதற்காக தொடங்கப்பட்டதே அசைலம்கள். இவர்-களின் ஆக்ரோஷத்திற்கும் வெறி பிடித்த செயல்களுக்கும் என்ன கார-ணம்??

ஒரு மனிதன் ஒரு சமுதாயத்தில் எவ்வாறு வாழ்கிறான்? சக மனி-தரிடம் எப்படி பழகுகிறான்? என்பதை தீர்மானிப்பது அவன் இளம் வயதில் பார்த்த அனுபவித்த விஷயங்களே. வன்முறை எவ்வாறு மனி-தனுக்குள் துளிர் விடுகிறது? எல்லா மனிதரும் வன்முறை எண்ணம் கொண்டவர்களா? இல்லவே இல்லை.

அன்பை மட்டுமே அனுபவித்து வளர வேண்டிய குழந்தை பருவத்-தில் வன்முறையை மட்டுமே பார்த்து வளர்ந்த ஒரு குழந்தைக்கு வன்-முறை என்பது வன்முறையாகவே தெரியாது. பெரும்பாலும் குழந்தை பருவத்திலேயே வன்முறை மனதிற்குள் விதைக்கப்படுகின்றன. அந்த குழந்தை வளர வளர மனதிற்குள் இருக்கும் வன்முறையும் உள்ளே கிளைகள் விட்டு வளரும், சரியான நேரத்தில் அந்த வன்முறை என்னும் மிருகம் வெளியே குதித்து தாக்க காத்திருக்கும். இவ்வாறு சிறு வயதில் பார்த்த அனுபவித்த கோரமான சம்பவங்களால் எல்லை மீறிய வன்மு-றையில் ஈடுபட்டவர்களை சீர் திருத்தம் செய்யும் இடமே இந்த அசை-லம்கள்...

ஒரு மாலை நேரத்தில் அந்த அசைலத்தின் ஒரு பகுதியில் தீ விபத்து, எங்கும் புகை மண்டலம், டாக்டர்களும் காவலர்களும் அந்த இடத்தை விட்டு வெளியேறுகிறார்கள். பையர் இன்ஜின்கள் தீயை அணைக்க முயற்சித்துக் கொண்டிருக்கிறது. சில மணி நேர போராட்டத்திற்கு பின் நிலைமை கட்டுக்குள் வருகிறது. Chief doctor இந்த தீ விபத்தை பற்றி விசாரிப்பதற்காக மற்ற டாக்டர்களையிம் அசைலத்தின் காவலர்களையிம் அழைத்து பேசுகிறார்..

யாராவது என்ன ஆச்சுனு சொல்லுங்க என்ற அவரின் கேள்விக்கு டாக்டர்கள் அனைவரும் மௌனமாக இருக்கிறார்கள். காவலர் ஒருவர் சார் திடீர்னு electric wire short Circuit ஆனதால் தீ பிடித்து வேகமாக பரவி விட்டது என்று பதிலளித்தார். யாருக்காவது எதாவது ஆச்சா? என்று chief doctor கேட்கிறார். அதற்கு டாக்டர் ஒருவர் எல்லாரும் safe தான் சார் அது இப்போ பிரச்சினை இல்லை என்று கூற வேற என்ன தான் பிரச்சினை என்று Chief doctor வேகமாக கேட்கிறார். நோயாளிகளை வேறு வார்டுக்கு மாற்றும் போது இரண்டு பேர் தப்பித்து ஓடி விட்டனர் என்று அந்த டாக்டர் சொன்னவுடன் என்ன சொல்றீங்க யார் தப்பித்தது? என்று பதற்றத்துடன் கேட்கிறார் chief doctor.

ஒரு லேடி டாக்டர் "ஸ்டெல்லா மற்றும் பிரபு இருவரும்" என்று கூறியவுடன் அனைவர் முகத்திலும் அதிர்ச்சி. என்ன விளையாடுறீங்-களா? அவங்க இரண்டு பேரும் எவ்வளோ ஆபத்தானவர்கள் என்று தெரியும் அல்லவா உங்களுக்கு? ஸ்டெல்லா கூட பிடித்துவிடலாம் ஆனால் பிரபு ஒரு சீரியல் கில்லர், observationல் இருக்கான் அவனை அடுத்த வாரம் நீதி மன்றத்தில் ஆஜர் படுத்தணும். இப்ப என்ன செய்வது? என்று கேட்கிறார் chief doctor.

யாரிடமும் பதில் இல்லை.. சிறிது நேர அமைதிக்கு பிறகு ஒரு டாக்டர், சார் சிட்டி கமிஷனர் உங்க நண்பர் தான் அவர் கிட்ட சொன்னா கண்டிப்பாக உதவி செய்வார்.. என்னால் பேச முடியாது நீங்களே எதாவது பண்ணுங்க என்று கோவமாக கூறிவிட்டார் chief doctor..

டாக்டர் ஒருவர் நடந்ததை கமிஷனரிடம் போன் செய்து கூற அனைவரும் அவர் பதிலை எதிர்பார்த்து காத்திருக்கின்றனர். அவர் பேசி முடித்ததும் "என்ன சொன்னார்?" என்று கேட்கிறார் chief doctor. "கொஞ்ச நேரத்தில் இங்க வரேன்னு சொன்னாரு சார்" என்று பதிலளித்தார் அந்த டாக்டர்.

பிரபு

பெண்களை கடத்திச்சென்று கற்பழித்து கொலை செய்யும் சீரியல் கில்-லர். இதுவரை பத்துக்கும் மேற்பட்ட பெண்கள் இவனால் பலியாயி-னர் என்பது குறிப்பிடத்தக்கது. கிட்டத்தட்ட ஒரு வருடமாக போலி-ஸார் நடத்திய வேட்டை பலன் தரவில்லை, பின் ஒரு நாள் வாகன சோதனையில் எதிர்பாராத விதமாக பிடிபட்டான். இவனுக்கு ஒரு வினோத பழக்கம் உண்டு, இவன் எப்போதுமே கடத்திய பெண்களை கொல்ல ஒரே ஆயுதம் தான் பயன்படுத்துவான். பலியான பெண்களை பிரேத பரிசோதனை செய்த டாக்டர்கள் அளித்த இந்த ஒரு குறிப்பை வைத்துதான் போலீஸார் சந்தேகத்தின் பேரில் அவனை பிடித்து விசா-ரித்தனர். விசாரணையில் அவன் மௌனம் சாதிக்க போலீஸார் செய்வ-தறியாது திகைத்துப் போயினர்.

பின் நீதிமன்றத்தில் ஆஜர் படுத்தப்பட்ட இவனை காவலில் எடுத்து விசாரிக்க நீதிபதி உத்தரவிட்டார். பல நாட்கள் விசாரணை செய்தும் பலன் இல்லை, ஏன் இந்த காட்டுமிராண்டித்தனம் எதற்காக இந்த கொலைகள்? என்ற போலீஸாரின் கேள்விகளுக்கு அவனிடம் எந்த பதி-லும் இல்லை. ஒரு சாதாரண மனிதன் இப்படி ஒரு மிருகமாக நடந்து கொள்ள என்ன காரணம் என்று போலீசார் விசாரணை நடத்தினர். அவன் குடும்பத்தை பற்றி விசாரித்தனர், அவன் குழந்தை பருவ வாழ்க்-கையை பற்றி விசாரித்தனர். அவன் பணக்கார குடும்பத்தில் பிறந்தவன் அம்மா இவனை பெற்றவுடன் இறந்துவிட்டார் அப்பா இவனை பெரிதாக கண்டுகொள்ளவில்லை. நண்பர்கள் இல்லாமல் தனிமை உணர்வோடே வளர்ந்தவன் என்று தெரியவருகிறது.

பிரபுவின் தரப்பு வழக்கறிஞர் அவன் மனநலம் பாதிக்கப்பட்டவன் அவனை சாதாரண குற்றவாளி போல் நடத்த கூடாது என்று வாதிட்-டார், போலிஸார் அதை மறுத்தனர். பின் நீதிபதி பிரபுவை அரசு மனநோய் மையத்தில் அனுமதித்து அவனுக்கு எதேனும் மனநோய் உள்-ளதா என்று ஆய்வு செய்ய உத்தரவிடுகிறார். அதற்காகவே பிரபு அந்த அசிலம் எனப்படும் மனநோய் மருத்துவமனைக்கு போலீஸ் காவலுடன்

அனுப்பப்படுகிறான்.

ஸ்டெல்லா

சந்தேகமே இல்லை இவள் ஒரு மனநோயாளி தான். இவளின் நோயானது உலகிலேயே மிக மிக அரிது, அப்படி என்ன நோய் ? என்று நீங்கள் கேட்கலாம், இரத்தம் குடிக்கும் மனநோய்.

ஆட்டின் இரத்தமோ கோழியின் இரத்தமோ இல்லை இவளுக்கு தேவை மனித இரத்தம்!! இப்போது புரிகிறதா இந்த நோய் ஏன் மிக மிக அரிது என்று? ஆம் இந்த நோய் இதற்கு முன்னர் அமெரிக்காவில் கண்டறியப்பட்டது, இதை ஆங்கிலத்தில் மருத்துவ மொழியில் clinical vampirism என்று அழைப்பார்கள். இந்த நோய் வர என்ன காரணம்? வாருங்கள் ஆய்வு அறிக்கை தந்த யூகங்களை பார்ப்போம். ஸ்டெல்லாவின் பெற்றோர் ஒற்றுமை இல்லாமல் எப்போதும் சண்டை போடும் குணம் உடையவர்கள். அவளுக்கு ஒரு அண்ணனும் தங்கையும் இருந்துள்ளனர் ஆனால் குடும்பத்தில் யாரும் இவள் மீது பாசம் கொள்ளவில்லை. அந்த பாசத்தின் ஏக்கமே அவளை ரத்தத்தின் பக்கம் நகர்த்தியது என்று ஆராய்ச்சியாளர்கள் நம்புகிறார்கள். சிறு வயதில் இருந்தே தன் தங்கையையும் தோழிகளையும் வேண்டும் என்றே கீழே தள்ளி காயப்படுத்தி அவர்களின் ரத்தத்தை சுவைத்து பார்ப்பாள். அதன் காரணமாகவே அவளுடன் யாரும் விளையாட பயந்து பழகமாட்டார்கள், மீண்டும் பாசத்திற்கு ஏக்கம்.

ரத்தத்தின் மீது கொண்ட காதலால் செவிலியர் வேலையை தேர்ந்தெடுக்கிறாள், பின் ரத்த வங்கியில் பதப்படுத்தப்பட்ட ரத்தத்தை திருட்டுத்தனமாக எடுத்து சுவைக்க ஆரம்பித்தாள். இரத்தத்தை குடிக்கும்போது பரவசம் அடைந்தாள் என்று தான் சொல்ல வேண்டும், ஆம் தாய் தந்தையிடம் கிடைக்காத உணர்வை இரத்தம் அவளுக்கு அளித்தது. இரத்தம் அவளுக்கு பலம் தருவதாக அவளின் உள்ளுணர்வு அவளுக்கு சொல்வது போல் நினைத்துக் கொண்டாள் ஒரு கட்டத்தில் எல்லை மீறி நோயாளியின் உடலில் இருந்து பெறப்பட்ட ரத்தத்தை சுவைக்க அது மருத்துவமனை கண்காணிப்பு கேமராவில் பதிவாகிறது. இவளுக்கு இருக்கும் பிரச்சினை அறிந்து சிகிச்சைக்காக இதே மனநோய் மையத்தில் அனுமதிக்கப்படுகிறாள்.

2

வேட்டை ஆரம்பம்

இரவு 9 மணி வீட்டில் குழந்தைகளுடன் டிவி பார்த்துக் கொண்டு இருக்கிறார் வெற்றிவேல், அவரின் அலைபேசி ஒலிக்கிறது. போனை எடுத்து பார்க்கிறார் ஆம் அழைப்பது கமிஷனர் தான், வணக்கம் சார் சொல்லுங்க என்று கேட்கிறார். ஒரு important case வெற்றி வர முடியுமா என்கிறார் கமிஷனர், உடனே வரேன் சார் என்று இடத்தை கேட்டு கிளம்புகிறார் வெற்றி.

வெற்றிவேல்

அசிஸ்டன்ட் கமிஷனர் ஆஃப் போலிஸ் சென்னை கிரைம் பிராஞ். வெற்றி ஒரு துப்பறியும் புலி, பிடிக்கவே முடியாது என்று பலர் கைவிட்ட கொலைகாரர்களை எல்லாம் தன் துப்பறியும் ஆற்றலால் பிடித்தவர் வெற்றி. எந்த வினோதமான வழக்காக இருந்தாலும் அதை தீர்க்க முதல் சாய்ஸ் நம் வெற்றி தான். அவருடைய முக்கிய அம்சங்களில் ஒன்று எந்த சூழலிலும் பொறுமையாக இருப்பது. நமது சீரியல் கில்லர் பிரபுவை பிடிக்க இவரே நியமிக்கப்பட்டார், அவனது வயது அவனது உயரம், அவன் கொலை செய்யும் முறை அனைத்தயும் துல்லியமாக கனித்தவர் நம் வெற்றி.

அவர் வகுத்த பிரபுவின் கோட்பாடுகளே போலிசார் அவனை சாதாரணமாக பிடிக்க உதவியாக இருந்தது. அந்த கோட்பாடுகளை அடிப்படையாகக் கொண்டு வாகன சோதனையில் ஈடுபட்டனர் போலீ-

ஸார், வெற்றி கூறியது போல தன் காரில் கொலைக்கு பயன்படுத்திய ஆயுதத்தை வைத்து இருந்தான் பிரபு. அந்த பழக்கமே அவனை போலீ-ஸாரிடம் பிடிபிட வைத்தது, பின் அவன் செய்த அனைத்து கொலை-களையும் ஒப்புக் கொண்டான். ஆனால் இன்றுவரை அவன் அந்த கொலைகளை செய்ய என்ன காரணம் என்று சொல்லவில்லை.

இப்போது போலீஸ் காவலுடன் மருத்துவர்கள் கண்காணிப்பில் இருக்கிறான் பிரபு. அவன் மனநோயாளியா இல்லையா என்று பரிசோ-தனை செய்து இரண்டு நாட்களில் நீதிமன்றத்தில் ஆஜர்படுத்த வேண்-டிய நிலையில் அங்கிருந்து தப்பித்து விட்டான்.

மருத்துவமனையில் அனைவரும் காத்திருக்க கமிஷனரும் வெற்றியும் உள்ளே வருகிறார்கள். டாக்டர்கள் அவர்களை வரவேற்று உட்கார வைத்து நடந்த விஷயங்களை விரிவாக சொல்கிறார்கள், எல்லாவற்றை-யும் அமைதியாக கேட்கிறார் வெற்றி. எங்க ஆரம்பிக்கலாம் வெற்றி? என்று வெற்றியை பார்த்து கமிஷனர் கேட்கிறார். சார் பிரபுவை நான் தேடி போறேன், அந்த பொண்ணு Stella அவ புதுசு அதனால் அவளை பற்றி நல்லா தெரிஞ்ச ஆள் ஒருவர் கூட போனால் வசதியாக இருக்கும் சீக்கிரம் பிடித்துவிடலாம் என்று கூறுகிறார். கூட்டத்தில் இருந்த டாக்டர் ஒருவர், "சார் ரம்யா தான் Stella ஓட கேர் டேக்கர் அதனால் அவங்க போனால் தான் சரியா இருக்கும்" என்று சொல்ல ரம்யாவின் முகத்தில் அதிர்ச்சி.

உடனே ரம்யா ஆவேசமாக என்னது நானா? நான் எதுக்கு போகனும் என்று பயத்துடன் கேட்கிறார். இல்லை ரம்யா நீங்க கூட போனால் ஆபிசருக்கு Stella பற்றி டிப்ஸ் குடுப்பீங்க அதை வச்சு ஈசியா அவளை பிடித்துவிடலாம், என்று chief டாக்டர் கூற,

அதற்கு ரம்யா, சார் அவ ரொம்ப danger சார், normal ah பேசுற மாதிரி பேசுவா திடீர்னு violent ஆகிடுவா, blood வேணும் என்றால் என்ன வேணும் என்றாலும் செய்வா நம்பவே முடியாது என்று கூறியவுடன் போலிஸ் அனைவரும் பதற்றத்துடன் பார்க்கிறார்கள்.

வெற்றி ரம்யாவை சமாதான படுத்த முன் வருகிறார், மேடம் ஒரு போலீஸ் ஆபிசர் துப்பாக்கியுடன் உங்க கூடவே இருப்பார்.. அப்புறம் ஏன் டென்ஷன்?.. ஈசி.. என்று கூற

ரொம்ப ஈசியா சொல்றீங்க, முதலில் Officer யார் வராங்கன்னு கேளுங்க? என்று ரம்யா கேட்க போலீஸ் யாரும் பயத்தில் முன்வர-

வில்லை. Stella போட்டோ காட்டுங்க என்று chief டாக்டர் கூறிய-வுடன் திரையில் வந்தது அவளின் போட்டோ, பார்த்தவுடன் வசீகரிக்-கும் அழகுடைய இளம் பெண். வந்ததில் இருந்து அமைதியாக இருந்த சப் இன்ஸ்பெக்டர் ஜனா, அவள் போட்டோவை பார்த்ததும் உடனடி-யாக நான் போகிறேன் என்று சொன்னவுடன் அனைவரும் அவரை ஒரு கனம் பார்க்கிறார்கள்.

ஓகே சார் அப்பா வேலையை ஆரம்பிக்கலாம் என்று வெற்றி சொன்னவுடன் எங்க இருந்து ஆரம்பிக்க போறீங்க ? என்று கமிஷனர் கேட்கிறார்.அவன் வீட்டில் இருந்து தான் சார், அவன் கண்டிப்பாக அங்க போயிருக்க வாய்ப்பு இருக்கு. அப்புறம் கண்ட்ரோல் ரூம் உதவி தேவைப்படும் சார் என்று வெற்றி கூறியதும், நானே போகிறேன் என்றார் கமிஷனர்.

அப்போ ரம்யா நீங்க எங்க போறீங்க? என்று chief டாக்டர் கேட்-டவுடன்

சார் நாங்க அவ இதுக்கு முன்னாடி வேலை செய்த ஹாஸ்பிடல், blood bank எல்லாம் போய் பார்கிறோம்.. ஏன்னா அவளுக்கு இரத்-தம் எங்க கிடைக்கும்னு நல்லா தெரியும் என்று ரம்யா பதிலளிக்கி-றார். அந்த பொண்ணு போட்டோ வாட்ஸப்பில் அனுப்புங்க, நானும் போலீஸை அனுப்பி பார்க்க சொல்கிறேன் என்றார் கமிஷனர்.

இரண்டு டீமும் வெளியில் வந்து காரில் ஏறுகின்றனர்.

வெற்றி ஜனா வை தனியாக அழைத்து, ஜனா இது கொஞ்சம் ரிஸ்க் ஆன விஷயம், அந்த டாக்டர் உயிருக்கு எந்த ஆபத்து வராம நீ தான், என்று சொல்லிக்கொண்டு இருக்க ரம்யா அவர்கள் பின்னால் நின்று ஒட்டு கேட்டு,என்னது உயிருக்கு ஆபத்தா? என்று பதட்டமாக கேட்க இருவரும் ரம்யாவை ஒரு கனம் முறைத்து பார்க்கின்றனர்.

Lead கிடைச்சா inform பண்ணு, என்ன problem வந்தாலும் எனக்கு உடனே போன் பண்ணு என்று வெற்றி சொல்ல ஓகே சார் என்றான் ஜனா..

இரண்டு கார்களும் வேகமாக இடத்தைவிட்டு பறக்கிறது!!

3

பிரபுவின் வீடு

ஒரு பெரிய பூட்டப்பட்ட வீட்டின் வெளியே ஒருவன் நின்று அந்த வீட்டை பார்த்துக்கொண்டு இருக்கிறான், ஆம் அது நம் சீரியல் கில்லர் பிரபு தான். அந்த வீடு அவனுடைய வீடு தான், அவன் கைதான பிறகு வீடு போலீஸாரால் சீல் வைக்கப்பட்டது. உள்ளே செல்கிறான் பிரபு, பழைய ஞாபகங்கள் அவனை வந்து சூழ்கிறது, அந்த வீட்டில் அவன் செய்த கொலைகள் அனைத்தும் ஒரு கனம் அவன் கண் முன் வந்து செல்கிறது. ஒன்றா இரண்டா எத்தனை கொடூரமான கொலை-கள்? ஒரு சாதாரண மனிதன் நினைத்துக்கூட பார்க்க முடியாத கொடூ-ரங்கள். உள்ளே செல்ல செல்ல அவன் கடத்திய பெண்கள் எல்லோரும் அவன் நினைவில் வருகிறார்கள்.

மாடியில் இருக்கும் அவன் அறைக்கு வருகிறான், கண்ணாடியில் தன் முகத்தை பார்க்கிறான். பின்னர் பாத்ரூம் உள்ளே சென்று தாடியை ட்ரிம் செய்து குளித்து விட்டு வெளியே வருகிறான். அடுக்கி வைக்-கப்பட்ட அவன் ஆடைகளை ஒவ்வொன்றாக நகர்த்தி ஒரு சட்டையை மட்டும் எடுத்து உடுத்திக்கொள்கிறான். அவன் செயல்கள் அனைத்திலும் தப்பி வந்த குற்றவாளி போல் அவசரமே இல்லை, மாறாக மிகவும் நிதா-னமாக செயல்படுகிறான். கீழே ஒரு ரகசிய அறைக்குள் செல்கிறான், அது தான் அவன் அந்த கொடூர கொலைகளை செய்த இடம். உள்ளே அவனுக்கென்று ஒரு ஆயுத கிடங்கு, வரிசையாக உள்ள தன் ஆயுதங்-களை தொட்டு பார்த்து ஆனந்தம் அடைகிறான், பின் அவன் வழக்க-மாக பயன் படுத்தும் ஆயுதம் ஒன்றை எடுத்து கொள்கிறான். கீழே வந்து

தன் காரை ஸ்டார்ட் செய்து பார்க்கிறான் வெகு நாட்களாக உபயோ-கத்தில் இல்லாததால் அது உடனே ஸ்டார்ட் ஆகவில்லை, சிறிது நேர முயற்சிக்குப் பின் ஸ்டார்ட் ஆகிறது, அங்கிருந்து செல்கிறான்.

அவன் சென்ற சிறிது நேரம் கழித்து....

வெற்றியும் மணிகண்டனும் பிரபு வீட்டை வந்து அடைகிறார்கள். வெற்றி வீட்டின் ஒரு அறையில் லைட் எரிவதை பார்க்கிறார். மணியின் இடம் துப்பாக்கியை எடுத்துக்கோ இங்கேயே நில்லு என்று சொல்லி-விட்டு வெற்றி துப்பாக்கியுடன் வீட்டிற்குள் சத்தம் இல்லாமல் மெதுவாக செல்கிறார்.

நிதானமாக ஒவ்வொரு அறைக்கும் சென்று தேடுகிறார், பின் மாடிக்கு செல்கிறார்.. பாத்ரூமில் தரையில் முடியை பார்க்கிறார், பிரபு வந்து சென்றதை உணர்கிறார். அவனின் அந்த ரகசிய அறைக்குள் வருகிறார், ஆயுதம் இருக்கும் பெட்டியை பார்க்கிறார், வரிசையில் ஒரு கத்தி மட்டும் இல்லை. கீழே வருகிறார், ஒரு காரின் சக்கரத்தின் தடத்தை பார்க்கிறார். உடனே கமிஷனருக்கு போன் செய்து விஷயத்தை சொல்கிறார்.

சிறிது நேரம் கழித்து கமிஷனர் போன் செய்து அவனுடைய கார் ஒரு டோல்கேட்டை தாண்டியது அங்கு இருக்கும் கேமராவில் பதிவா-னதை சொல்கிறார். வெற்றி உடனே அந்த இடத்திற்கு விரைந்து செல்-கிறார். ரோட்டின் ஓரத்தில் ஒரு கார் உள்ளே லைட் எரிந்தபடி நிற்-பதை பார்க்கிறார், அது பிரபுவின் கார் என்று தெரிந்து கொள்கிறார். காரில் இருந்து இறங்கி துப்பாக்கியை எடுத்துக்கொண்டு மெல்ல அந்த காரை நோக்கி செல்கிறார், யாரும் இல்லாமல் கார் சாவியோடு நிற்பதை தெரிந்து கொள்கிறார். காரை ஸ்டார்ட் செய்து பார்க்கிறார் அது ஸ்டார்ட் ஆகவில்லை, அதனால் காரை இங்கே விட்டுவிட்டு பிரபு சென்றிருக்க வேண்டும் என்று தெரிந்து கொள்கிறார். வேகமாக தன் காரை நோக்கி ஓடி வந்து உள்ளே இருக்கும் கேஸ் ஃபைல் எடுத்து தேடுகிறார். மணி-கண்டன், சார் என்ன தேடுகிறீங்க ? என்று கேட்க அவன் கடைசியாக ஒரு பெண்ணை கடத்த முயற்சித்த போது தான் போலீஸில் பிடிபட்டான், அந்த பெண் வசிக்கும் ஹாஸ்டல் அருகில் தான் இருக்கு, அந்த அட்-ரஸை தான் தேடுகிறேன், இதோ கிடைத்தது வா சீக்கிரம் போகலாம் என்று இருவரும் காரில் ஏறி கிளம்புகிறார்கள்.

பிரபு ஹாஸ்டெலை வந்து அடைந்துவிட்டான், ஹாஸ்டல் பெயரை போர்டில் பார்த்துவிட்டு வாட்ச்மேனை தாக்கிவிட்டு மெல்ல உள்ளே செல்கிறான்.

பால்கனியில் ஒரு பெண் துணியை கொடியில் போடுவதை பார்த்தவுடன் ஒளிந்து கொள்கிறான். அவள் உள்ளே சென்றவுடன் படியில் ஏறி சத்தம் இல்லாமல் மேலே செல்கிறான். ஆள் இல்லாத ஒரு ரூமிற்குள் உள்ளே நுழைகிறான், எதையோ தேடுகிறான் ஒரு பெட்டியை பார்க்கிறான், சிறிது நேரம் கழித்து வெளியே வருகிறான். அந்த பெண் அவனை பார்த்ததும் பயத்தில் கத்துகிறாள், அவளை தல்லிவிட்டு அங்கு இருந்து ஓடிவிடுகிறான். சத்தம் கேட்டு மற்ற பெண்கள் அனைவரும் ஓடி வருகிறார்கள்.

4

ஒரு நவீன மருத்துவமனை

ஸ்டெல்லா ஒரு பெரிய மருத்துவமனை (அவள் இதற்குமுன் வேலை செய்த இடம்) வெளியில் நின்று கூர்ந்து கவனித்துக் கொண்டிருக்கிறாள் பின் மெதுவாக யாரும் பார்க்காதவாறு அந்த மருத்துவமனைக்குள் செல்கிறாள். செவிலியர்களுக்கு என்று ஒதுக்கப்பட்டிருக்கும் அறைக்குள் செல்கிறாள் அங்கு ஒரு செவிலியர் உடையை எடுத்து உடுத்திக் கொள்கிறாள். பின் மருத்துவ உபகரணங்கள் வைத்திருக்கும் அறையை அடைகிறாள் அந்த அறையின் கதவில் இருக்கும் பொத்தானில் ஒரு நான்கு இலக்க எண்ணை அழுத்துகிறாள் கதவு திறக்கிறது. உள்ளே சில பொருட்களை திருடி கொண்டு வெளியே வந்து ஒரு ஆம்புலன்ஸ் எடுத்-துக்கொண்டு அங்கிருந்து தப்பித்து செல்கிறாள். அவள் சென்ற சிறிது நேரம் கழித்து ஜனாவும் டாக்டர் ரம்யாவும் அந்த மருத்துவமனைக்கு வருகிறார்கள்.

ஜனா காரிலிருந்து இறங்கி ரம்யாவை வாங்க மேடம் உள்ளே சென்று பார்க்கலாம் என்று அழைக்கிறான். ரம்யா பயத்தில் நான் காரி-லேயே இருக்கிறேன் நீங்கள் பார்த்து வாருங்கள் என்று சொல்ல நான் இருக்கிறேன் பயப்பட வேண்டாம் என்று சமாதானம் சொல்லி அவரை உள்ளே அழைத்து செல்கிறான். இருவரும் மருத்துவமனை ரிசப்ஷன் வந்து அங்கு இருக்கும் பெண்ணிடம் இரத்த வங்கி எங்கு உள்ளது என்று கேட்கிறார்கள் அவர் இந்த வழியாக கீழே செல்லுங்கள் என்று

வழி காண்பிக்கிறார். இருவரும் கீழே செல்ல ரம்யாவிற்கு பயம் தாங்-கவில்லை சார் எதுக்கும் உங்க துப்பாக்கியை எடுத்துக் கொள்ளுங்கள் என்று பதட்டமாக கூறுகிறார் அதற்கு ஜனா இது ஹாஸ்பிடல் மேடம் என்று சொல்கிறான்.

இருவரும் இரத்த வங்கிக்குள் வருகிறார்கள் உள்ளே ஒரு செவிலியர் இரத்த பையுடன் திரும்பி நிற்பதை பார்க்கிறார்கள். ரம்யா சார் அவளே-தான் துப்பாக்கியை எடுங்க என்று சொல்ல ஜனாவும் வேகமாக துப்-பாக்கியை எடுக்கிறான். ஏய் ஸ்டெல்லா அசையாத அப்படியே நில்லு என் கையில் துப்பாக்கி இருக்கு என்று சொல்லி, ரம்யா விடம் மேடம் நீங்க போய் அவள் கையில் இருக்கும் blood bagஜ வாங்குங்கள் என்ற கூறுகிறான். என்ன நானா? என்று ரம்யா பயத்தில் கேட்க ஆமா நீங்க தான் போய் வாங்குங்க என்று கத்துகிறான் ஜனா. ரம்யா பயத்தில் நடுங்கியவாறு அருகில் சென்று ஸ்டெல்லா எனக்கு ஒன்றும் தெரியாது இந்த போலீஸ்தான் என்னை இங்கு கூட்டி வந்தார் என்று சொல்லிக்-கொண்டே அவள் கையில் இருக்கும் blood bagஜ வாங்குகிறார்.

இப்போ மெதுவா திரும்பி நில்லு என்று ஜனா கூறியவுடன் அந்த பெண் திரும்பி நிற்கிறாள் அவள் ஸ்டெல்லா இல்லை என்று தெரிந்த-வுடன் ரம்யாவை பார்த்து முறைக்கிறான் ஜனா, ரம்யா சாரி என்கிறார். அந்த செவிலியர் ஹலோ யார் நீங்க? இங்கே என்ன பண்றீங்க என்று கோபமாக கேட்கிறார் அதற்கு ஜனா ஒரு திருடி தப்பித்து விட்டாள் அவளைப் பிடிப்பதற்காக இங்கு வந்தோம் என்று கூறுகிறான். திருடி எதற்கு இங்கு வரவேண்டும் ? பொய் சொல்லாதீங்க உங்களைப் பார்த்-தால் சந்தேகமாக உள்ளது இப்போதே சீப் டாக்டரிடம் சொல்கிறேன் என்று அந்த செவிலியர் சொல்கிறார். ஜனா அவளிடம் தான் போலீஸ் என்று சொல்லி சமாதானம் செய்ய முயற்சி செய்கிறான் அப்போது வேறொரு செவிலியர் அருகில் வந்து அவளிடம் "உபகரணங்கள் அறை-யில் இரத்தம் எடுக்க தேவைப்படும் எந்த பொருளுமே இல்லை நீ பார்த்தாயா?" என்று கேட்க, ரம்யா ஜனா விடம் இது ஸ்டெல்லாவின் கைவரிசை தான் என்று கூறுகிறார்.

நீங்க ரெண்டு பேரும் என்ன பேசுறீங்க? என்று அந்த செவிலியர் கேட்க, மேடம் இங்கே இதுக்கு முன்னாடி ஸ்டெல்லா என்ற ஒரு பெண் வேலை செய்தாள் தெரியுமா ? என்று ஜனா கேட்கிறான். ஆமாம் தெரி-யும் அவளுக்கு ஏதோ மனநிலை சரியில்லை அதனால் சிகிச்சையில்

இருப்பதாக சொன்னார்கள் என்று அந்த செவிலியர் கூறியவுடன் அவள் அந்த மருத்துவமனையில் இருந்து தப்பித்து விட்டாள் அவளைத் தேடித் தான் வந்தோம் என்று ஜனா கூறுகிறான். மூவரும் மேலே சென்று மருத்துவமனை கண்காணிப்பு அறைக்கு சென்று கேமராவில் பதிவான காட்சிகளை பார்க்கிறார்கள் அதில் ஸ்டெல்லா ஒரு ஆம்புலன்சை ஓட்டிக்கொண்டு அங்கிருந்து சென்றது பதிவாகியுள்ளது.

ரம்யா, சார் இன்னும் எவ்ளோ நேரம் இங்கேயே இருக்குறது? என்று கேட்க ஆம்புலன்ஸ் ட்ராக் பண்ண சொல்லியிருக்கிறேன் அதுவரைக்கும் காத்திருப்போம் என்று ஜனா சொல்கிறான்.

மேலும், அந்த பெண்ணுக்கு எப்படி இப்படி ஒரு வியாதி வந்துச்சு ? மேடம் என்று கேட்கிறான்,

ரம்யாவின் பதில்,

அவளுக்கு இது சின்ன வயசுல இருந்தே இருக்கு சார், அப்பவே கூட விளையாடுற பசங்கள வேணும்னே கீழே தள்ளி விட்டு அவங்க இரத்தத்தை உறிஞ்சி குடிப்பா, அவ அப்பா அம்மா ஒற்றுமையாவே இல்ல எப்போ பாரு சண்டை, இவள சுத்தமா கண்டுகல, தனிமை உணர்வு, பாசத்துக்கு ஏக்கம்.. அந்த ஏக்கம் தான் அவளுக்கு ரத்தம் மேல ஒரு மோகத்தை உண்டு பண்ணி இருக்கலாம்னு research ல் ஒரு theory propose பண்ணாங்க...

எப்படி உங்களுக்கு இவ்வளோ விஷயம் தெரியும்? என்று ஜனா கேட்க

அதற்கு ரம்யா எவ்வளோ மனநோயாளிகள் பார்த்திருப்பேன், அவ்வளோ ஏன் அந்த சீரியல் கில்லர் கிட்ட கடைசியாக மாட்டி தப்பிச்சா இல்ல அந்த பொண்ணு ப்ரீத்தி அவ எல்லாம் பாவம் தெரியுமா..

அவளை உங்களுக்கு எப்படி தெரியும் ? மேடம் என்கிறான்.

என் patient சார் அவளை பற்றி complete ah study பண்ணி இருக்கேன்என்று ரம்யா பேசிக்கொண்டு இருக்கையில் ஹாஸ்பிடல் security வருகிறார்.

ஹாஸ்பிடல் செக்யூரிட்டி, Sir ஒரு ambulance missing.. கொஞ்ச நேரம் முன்னாடி பக்கத்தில் தான் இருந்தது இப்போ Gps signal lost என்று கூற,

Okay station la complaint எதும் குடுக்க வேண்டாம் நாங்க track பண்றோம் கொஞ்சம் time குடுங்க என்று ஜனா கூறியவுடன்

இருவரும் அந்த இடத்தை கேட்டு வேகமாக செல்கிறார்கள்..

5

முதல் இரத்தம்

சிறிது நேரத்தில் வெற்றியும் மணியும் அந்த ஹாஸ்டல் வந்து அடை-கிறார்கள். வாசலில் பெண்கள் கூட்டம் போலீசார் அந்த அடிபட்ட பெண்ணை ஆம்புலன்சில் ஏற்றி அனுப்புகிறார்கள். அவள் தலையில் ரத்த காயத்துடன் அழைத்துச் செல்லப்படுவதை வெற்றி பார்க்கிறார்.

காரிலிருந்து இறங்கி வந்து போலீசாரிடம்,

என்ன பிரச்சினை? அந்த பொண்ணுக்கு என்ன ஆச்சு? என்று கேட்கிறார்.

நீங்க சார்? என்று சப்-இன்ஸ்பெக்டர் ஒருவர் கேட்க,

"வெற்றிவேல் அசிஸ்டன்ட் கமிஷனர் கிரைம் பிராஞ்" என்று பதி-லளிக்கிறார் வெற்றி.

சப் இன்ஸ்பெக்டர்:

வணக்கம் சார், யாரோ திருடன் உள்ள வந்துட்விடான்னு போன் பண்ணாங்க அதான் வந்தோம் அந்த பெண்ணை தள்ளி விட்டுட்டு ஓடி-விட்டான், தலையில் அடி ஹாஸ்பிடல் கூட்டிட்டு போறாங்க சார்

அருகில் இருந்த ஹாஸ்டல் வார்டன்,

ஆமாம் சார் திடீர்னு ஒரு சத்தம் என்னனு ஓடி போய் பார்த்தா இந்த பொண்ணு யாரோ ஒருத்தன் அந்த ரூமில் இருந்து வெளியே வந்தத பார்த்து கத்தியதா சொன்னா, என்ன பார்த்த சொல்லுமா..

(தொடர்ந்து வரும் பகுதி வாசகர்கள் வசதிக்காக நாடக வடிவில் எழுதப்பட்டுள்ளது)

பெண்:

நான் பால்கனியில் இருந்து பார்த்தேன் சார், அந்த ரூம்ல இருந்து வெளியே வந்தான் படி கிட்ட அந்த பொண்ணு நின்னுட்டு இருந்தா பயந்து சத்தம் போட்டேன் உடனே அவளை தல்லிவிட்டு ஓடிவிட்டான் சார்.. அவ சுவற்றில் முட்டி ஒரே இரத்தம்..

வெற்றி:

அவன் முகத்தை பார்த்தீங்களா?

பெண்:

இல்ல சார் இருட்டில் சரியாக தெரியல sorry

வெற்றி:

It's okay... நான் அந்த ரூமை பார்க்கலாமா?

வார்டன் பாருங்க சார் என்று கூற

வெற்றி உள்ளே சென்று ரூமை பார்க்கிறார், எங்கு பார்த்தாலும் தூசிகள், சூரையாடப்பட்ட பொருட்கள், திறந்து கிடக்கும் பெட்டியை பார்க்கிறார். அங்கு இப்போது யாரும் தங்கவில்லை என்பதை உணர்கி-றார்.

வெற்றி:

இப்ப இங்க யாரும் இல்லையா?

வார்டன்:

இல்ல சார்..

வெற்றி:

இந்த luggage எல்லாம் யாருடையது?

வார்டன்:

இதுக்கு முன்னாடி ஒரு பொண்ணு இருந்தா அவளுடையது..

வெற்றி:

யாரு ?

வார்டன்:

ப்ரீத்தி என்று ஒரு பொண்ணு, அந்த கொலைகாரன் பிரபு கிட்ட கூட மாட்டி தப்பிச்சாளே...

வெற்றி:

தெரியும் இப்போ எங்க இருக்காங்க?

ஏன் Luggage எல்லாம் எடுத்துட்டு போகலை?

வார்டன்:

இல்ல அவ காலி பண்ணிட்டு போகலை

வெற்றி:

அப்புறம் எங்க போனாங்க?

(எல்லோரும் ஒருவரை ஒருவர் தயக்கத்துடன் பார்த்துக் கொள்கின்றனர்)

வெற்றி:

யாராவது சொல்லுங்க..

பெண்:

அவ தற்கொலை முயற்சி பண்ணா சார் அதனால மறுவாழ்வு மையத்தில் சேர்த்துருக்காங்க..

வெற்றி:

ஏன் பண்ணாங்க?

பெண்:

அவ ரொம்ப soft natured சார், அந்த incident க்கு அப்புறம், ரொம்ப disturbed ah இருந்தா, counselling போயிட்டு இருந்தா but அவனால அதுல இருந்து வெளியே வர முடியலை.. வேலையில் கவனம் செலுத்த முடியலை அதனால் வேலையை resign பண்ணிட்டா so அந்த depression நால தான்..

வெற்றி:

அவளுக்கு close friend இங்க யாராவது?

பெண்:

அவ யாரிடமும் நெருக்கமா இருக்கமாட்டா சார் ரொம்ப reserved அவளா போய் யாரிடமும் பேச மாட்டா but யாராவது பேசினால் நல்லா பேசுவா..

வெற்றி:

ஹ்ம்ம்.. அந்த rehabilitation centre address இருக்கா?

வார்டன்:

இருக்கு சார், எடுத்துட்டு வருகிறேன்... (என்று சொல்லிவிட்டு உள்ளே செல்கிறார்)

வெற்றி:

Girls உங்க friend க்கு ஒன்னும் ஆகாது யாராவது ரெண்டு பேர் hospital போய் கூட இருங்க security போட சொல்றேன் மற்ற எல்லோரும் பயப்படாம போய் தூங்குங்க...

வார்டன் ஒரு ஆபிஸ் கவர் எடுத்து வந்து கொடுக்கிறார்..

வெற்றி:

என்ன இது?

வார்டன்:

இது அந்த மறுவாழ்வு மையத்தில் இருந்து மாதாமாதம் வரும் ரிப்-போர்ட் சார், இதுல address இருக்கு...

வெற்றி:

அது ஏன் இங்க வருது அவ வீட்டுக்குப் போகாதா?

வார்டன்:

அவளுக்கு யாரும் இல்லை சார் அதான்.

இது ஹாஸ்டலில் சேரும்போது அவ குடுத்த details..

வெற்றி:

நன்றி.

சப் இன்ஸ்பெக்டர்:

என்ன problem sir?

வெற்றி:

Accused ஒருத்தன் custody la இருந்து தப்பிச்சுட்டான் அவனை தேடி தான் வந்தோம்.

ஸ்டேஷனில் தெரியப்படுத்துங்க இங்க ஒரு போலீஸ் போட சொல்-லுங்க. அவன் திரும்ப வந்தா இல்ல எதாவது information கிடைச்சா எனக்கு உடனை போன் பண்ணுங்க..

சப் இன்ஸ்பெக்டர்:

Okay சார்.

வெற்றி:

மணி போகலாம்..

கார் அருகில் வந்தவுடன்..

மணி:

ஏன் சார் அவங்க கிட்ட சொல்லலை?

வெற்றி:

ஏற்கனவே பயத்தில இருக்காங்க மணி எதற்கு தேவை இல்லாமல்....

அடுத்து என்ன பண்ணலாம் சார் என்று மணி கேட்க, ஹ்ம்ம்.. அவன் அந்த பெண்ணை தான் தேடிட்டு இருக்கான். அதுக்குள்ள நம்ம அந்த பொண்ணு இருக்க இடத்துக்கு போகணும் அவ உயிருக்கு ஆபத்து என்று பதிலளிக்கிறார் வெற்றி.

மணி:

அந்த பொண்ணு இருக்க இடம் அவனுக்கு தெரிய வாய்ப்பு இல்-லையே சார்?

வெற்றி:

அந்த பொண்ணு ரூமிற்கு சென்று அவ பெட்டி எல்லாம் தேடி பார்த்துவிட்டு போயிருக்கான். எதாவது துப்பு கிடைச்சு இருந்தா ??

இருவரும் பேசிக்கொண்டு இருக்க கமிஷனர் செல்போனில் அழைக்கிறார்.

என்ன ஆச்சு வெற்றி ? என்று கமிஷனர் கேட்க நடந்ததை விவ-ரிக்கிறார் வெற்றி.

சரி நான் லோக்கல் போலீஸை அந்த மறுவாழ்வு மையத்திற்கு போக சொல்றேன், நீங்க சீக்கிரம் போங்க.. அந்த பொண்ணுக்கு எதுவும் ஆக கூடாது வெற்றி.

வெற்றி ஓகே சார் என்று சொல்கிறார்.

கார் வேகமாக பறக்கிறது...

6

டிராபிக் சிக்னல்

ஸ்டெல்லா ஒரு நடுத்தர வயது பெண்ணை சிரித்த முகத்துடன் ஆம்பு-லன்ஸில் ஏற்றி பெட்டில் படுக்க வைத்து கதவை பூட்டுகிறாள்..

பயப்படாதீங்க வலிக்காது என்று சொல்லி ஊசியை உடம்பில் செலுத்தி ரத்தம் எடுக்கிறாள்.. ரத்தம் டியீப் வழியாக ஏறுவதை பார்க்கும் போது அவளுக்குள் ஒரு இனம் புரியாத பரவச உணர்வு கஷ்டப்பட்டு அதை அடக்கிக்கொள்கிறாள்.. ரத்தம் ஏறியவுடன் அந்த பெண்ணை வெளியே அனுப்புகிறாள். அவள் சென்றவுடன் அந்த பாக்கெட்டை எடுத்து ரத்தத்தை உறிஞ்சி சுவை பார்த்து பரவசம் அடைகிறாள், அடுத்ததாக ஒரு ஆண் ஆம்புலன்ஸில் ஏறுகிறார்.

சிறிது நேரத்தில் ஜனாவும் ரம்யாவும் அந்த இடத்தை வந்து அடை-கிறார்கள் அவர்களின் கார் சாலையின் மறுபுறம் நிற்கிறது இதை கவனித்த ஸ்டெல்லா ஆம்புலன்சை வேகமாக ஒட்டிக்கொண்டு அந்த இடத்தை விட்டு கிளம்பிவிடுகிறாள்.

ஜனா அங்கு பணியில் இருக்கும் டிராபிக் போலீஸிடம்,

இங்க எதாவது ஆம்புலன்ஸ் நின்னுட்டு இருந்ததை பார்த்தீங்களா? என்று விசாரிக்கிறார்.

டிராபிக் போலீஸ்:

நான் கொஞ்சம் நேரம் முன்னாடி தான் சார் வந்தேன்.. இருங்க.. முருகேசா இங்க வா,

இங்க எதாவது ஆம்புலன்ஸ் நின்னுட்டு இருந்துச்சா?

முருகேசன்:

ஆமா சார் அங்க தான் நின்னுட்டு இருந்துச்சு இப்ப தான் ஒரு ஐந்து நிமிடம் முன்னாடி தான் கிளம்பி போச்சு

ஜனா:

உள்ள யாராவது இருந்தார்களா?

முருகேசன்:

ஆளுங்க உள்ள போயிட்டு போயிட்டு வந்தாங்க சார்..

ஜனா:

சரி எந்த பக்கம் போச்சு?

முருகேசன்:

அந்த பக்கம் நேராக போச்சு..

இவர்கள் இருவரும் பேசிக்கொண்டு இருக்க நடுவில் ஒரு பெண் (சாந்தி)

சாந்தி:

சார் இங்க ஒரு ஆம்புலன்ஸ் நின்னுட்டு இருந்ததே எங்க போச்சு?

ஜனா:

நீங்க யாரு?

சாந்தி:

என் பெயர் சாந்தி, என் கணவர் இரத்த தானம் செய்ய அந்த ஆம்-புலன்ஸில் ஏறினார்.. கடைக்கு போயிட்டு வந்து பார்த்தா காணோம்..

ஜனா:

போன் பண்ணீங்கலா ?

சாந்தி:

ரிங் போயிட்டே இருக்கு போன் எடுக்கவில்லை

ஜனா கமிஷனருக்கு போன் செய்து,

"சார் ஸ்டெல்லா ஒரு ஆம்புலன்ஸில் ஒருத்தரை கடத்திக்கொண்டு போய்கிட்டு இருக்கா அவர் செல்போன் இன்னும் ஆனில் தான் இருக்கு" என்று கூற அருகில் இருக்கும் சாந்தி

என்ன கடத்திக்கொண்டா ?? என்று அதிர்ச்சியாக கேட்கிறார்.

ஜனா:

அவர் செல்போன் நம்பர் சொல்லுங்க சீக்கிரம் பிடித்துவிடலாம்..

சாந்தி போனை வாங்கி கமிஷனரிடம் தன் கணவர் போன் நம்பரை சொல்கிறார்.

சிறிது நேரத்தில் கமிஷனர் போனில்...

ஜனா அந்த ஆம்புலன்ஸ் உனக்கு நேராக ஒரு மூன்று கிலோமீட்டர் தூரத்தில் தான் போய்கிட்டு இருக்கு, சீக்கிரம் போய் பிடி என்று கூறி‌யவுடன் அனைவரும் காரில் ஏறி செல்கின்றனர்.

சார் நானும் வரவா? என்று சாந்தி கேட்க,

ஆமா வாங்க என்று அழைக்கிறார் ஜனா.

இவங்க எதுக்கு சார்? என்று ரம்யா கேட்க, ஸ்டெல்லா வை ட்ராக் பண்ண முடியாது ஆனால் இவங்களை வைத்து இவங்க கணவரை பிடிக்க முடியும் என்று பதிலளிக்கிறார் ஜனா.

சிறிது நேரம் கழித்து ஆம்புலன்ஸில்...

எவ்வளவு ரத்தம் எடுத்தீங்க எனக்கு மயக்கம் வர மாதிரி இருக்கு.. என்று சொல்லி மயங்கி விடுகிறார் அந்த நபர். செல்போன் ஒலிப்பதை கேட்டு வேகமாக வந்து அந்த போனை எடுத்து ஆஃப் செய்கிறாள் ஸ்டெல்லா.

ஜனா வேகமாக காரை ஓட்டிக்கொண்டு இருக்க, என்ன சார் சொல்‌றீங்க? என் கணவரை எதுக்கு கடத்தனும்? என்று சாந்தி கேட்கிறார்.

மேடம் ஒன்னும் இல்ல அவ கடத்திக்கொண்டு போய் பணம் திரு‌டுவா வேற ஒன்னும் பண்ண மாட்டா பயப்படாதீங்க உங்க கணவருக்கு ஒன்றும் ஆகாது என்று சமாதானம் செய்கிறான் ஜனா.

அவர்கள் காரில் துரத்திக்கொண்டு செல்ல கமிஷனர் போனில் பேசு‌கிறார்,

ஜனா அந்த நம்பர் இரண்டு நிமிடம் முன்னாடி ஸ்விட்ச் ஆஃப் ஆனது.. அடுத்த ஜங்ஷனில் இருக்கும் போலீஸாரை அலர்ட் செய்து இருக்கேன். அவங்களை தாண்டி போக முடியாது நீ சீக்கிரம் போ.. என்று கூறுகிறார்.

ஜனா ஓகே சார் என்று விரைந்து செல்கிறான்.

ஆம்புலன்ஸை தொடர்ந்து வந்த ஜனா அடுத்த ஜங்ஷனில் உள்ள போலீஸார் ஒரு ஆம்புலன்ஸை நிறுத்தி சோதனை செய்வதை பார்த்து காரில் இருந்து இறங்கி வேகமாக செல்கிறான். உள்ளே பார்த்ததும் அது வேறொரு ஆம்புலன்ஸ் என்பதை தெரிந்து கொள்கிறான். அந்த ஆம்‌புலன்ஸ் ஓட்டுநர் இடம் அந்த வழியாக வேறு ஆம்புலன்ஸ் எதையும் பார்த்தீங்களா என்று கேட்கிறான். அவர் நாங்கள் வரும் வழியில் ஒரு ஆம்புலன்ஸை தாண்டி வந்தோம் ஆனால் அது எங்கு சென்றது என்று கவனிக்கவில்லை என்று பதிலளித்தார்.

ஸ்டெல்லா மெயின் ரோட்டில் போலீஸ் வாகன சோதனை செய்வதை பார்த்து, ஆம்புலன்சை வேறு எங்கோ ஓட்டி சென்றிருக்க வேண்டும் என்று உணர்கிறான் ஜனா.

7

மறுவாழ்வு மையம்

பிரபு அந்த பெண்ணை தேடி அந்த மையத்திற்கு வந்துவிட்டான், வெற்-
றியின் கார் அந்த பெண் இருக்கும் மறுவாழ்வு மையத்தை வந்து
அடைகிறது, அங்கே ஏற்கனவே இரண்டு காவலர்கள் அந்த மையத்-
தின் பணியாளர்களிடம் பேசிக்கொண்டு இருக்க, வெற்றி காரில் இருந்து
இறங்கி வந்தவுடன் salute அடிக்கிறார்கள்.

வெற்றி:

என்னாச்சு ?

போலீஸ்:

சார் அந்த பொண்ணு இங்க தான் சிகிச்சையில் இருக்காங்க,
ஆனால் இப்போ பார்க்க முடியாதுனு சொல்றாங்க..

திடீரென பவர் கட் ஆகிறது, ஆம் பிரபுவின் வேலை தான். திடீ-
ரென பவர் கட் ஆனதும் அனைவரும் ஒரு நிமிடம் திரும்பி பார்க்கி-
றார்கள்.

பாதுகாவலர்:

அது ஒன்னும் இல்ல சார் இங்க அடிக்கடி பவர் கட் ஆகும்.. சண்-
முகம் போய் என்னனு பாரு..

என்று பணியாள் ஒருவரை சென்று பார்க்க சொல்கிறார்.

வெற்றி:

இப்போ பார்க்க முடியுமா முடியாதா?

பாதுகாவலர்:

சார் டாக்டர், செவிலியர்கள் யாரும் இப்போ இல்ல அவங்க கிட்ட ஒப்புதல் வாங்காமல் பார்க்க முடியாது.. அதுவும் இல்லாம இரவு நேரத்தில் தூங்குவதற்கு மாத்திரை குடுத்துடுவாங்க.. புரிஞ்சுகோங்க.. காலையில் வந்து பாருங்கள்.

வெற்றி:

இப்போ என்ன பண்றது?

என்று மணிகன்டன் இடம் பேசிக்கொண்டு இருக்கிறார்.

பிரபு அந்த பெண்ணை தேடி அந்த வார்டு உள்ளே செல்கிறான், அவனை பார்த்ததும் தனிமையில் இருக்கும் போதை பழக்க நோயாளிகள் கத்த ஆரம்பிக்கிறார்கள்.

வெற்றி:

சரி வா காலையில் வருவோம்.

திடிரென "என்ன வெளியே விடு, முடியல.. ஆஆஆஆஆ" என்று ஒரே நேரத்தில் பத்து பேர் கத்துவது போல் வெறிபிடித்த அலறல் சத்தங்கள். ஆம் போதை பழக்கம் குடி பழக்கத்திற்கு அடிமையானவர்கள் இரவு நேரங்களில் இப்படி ஆக்ரோஷமாக இருப்பது வழக்கம். அவர்களை தனி தனி ரூமில் வைத்து அடைத்து விடுவார்கள்.

வெற்றி:

என்ன சத்தம் அது?

பாதுகாவலர்:

அது குடி மற்றும் போதை பொருள் அடிமையானவர்கள் வார்டு சார், இப்படி தான் வெறி பிடித்த மாதிரி இருப்பாங்க, வெளியே விட்டால் மற்றவர்களுக்கு ஆபத்து, பூட்டி வச்சுருவோம்..

வெற்றி

ஹ்ம்ம்..

(வெற்றி காரை நோக்கி சிறிது தூரம் நடக்கிறார், மனதிற்குள் ஏதோ தவறாக பட திரும்பி வந்து...)

சரி அந்த பொண்ணு ரூம்ல இருக்காங்களா என்று மட்டும் பார்த்து சொல்லுங்க..

பாதுகாவலர்:

போய் பார்த்துவிட்டு வா

என்று அருகில் உள்ள மற்றொரு பணியாள் இடம் சொல்ல,

அவர் டார்ச் எடுத்துக்கொண்டு உள்ளே செல்கிறார்.

சிறிது நேரத்தில்...

சண்முகம், சார் யாரோ fuse கட்டையை கழட்டி வச்சுருக்காங்க..

என்று கத்த வெற்றி சந்தேகத்துடன் பார்க்கிறார். மேலே அந்த பெண்ணை பார்க்க சென்ற அந்த பணியாள் சார் என்று அலறியபடி கத்த அவரை பிரபு ஜன்னல் வழியாக வெளியே தள்ளி கத்தியால் இரண்டு மூன்று முறை சரமாறியாக குத்த, வெற்றி துப்பாக்கியை எடுத்துக்கொண்டு ஓடுகிறார். அவர் உள்ளே சென்று படியில் ஏறுகிறார், அவரை பார்த்ததும் நோயாளிகள் கத்தியபடி இருக்கிறார்கள் சிறிது நேரத்தில் கரண்ட் வருகிறது, அந்த பெண்ணை தூக்கியபடி பிரபு நேர் எதிரே நிற்கிறான், பிரபு வார்டின் மறுபுறம் சென்று பூட்டிக்கொண்டு நோயாளிகள் கதவை திறக்கும் பொத்தானை அழுத்தி விடுகிறான். அனைத்து கதவுகளும் மெதுவாக திறக்கிறது, உள்ளே இருக்கும் நோயா— ளிகள் தப்பிக்க நினைத்து வெறியுடன் வெளியே ஓடி வருகிறார்கள். துப்பாக்கியை உள்ளே வைத்துவிட்டு அவர்களுடன் சண்டை போடுகி— றார் வெற்றி.

பிரபு அந்த பெண்ணை தூக்கிகொண்டு தப்ப முயற்சி செய்யும்போது கீழே இருக்கும் போலீஸார் பார்த்து விடுகின்றனர், அவர்கள் பின் தொடர்ந்து அருகில் வர செய்வதறியாது அங்கும் இங்கும் ஓடுகிறான், அதற்குள் வெற்றி கீழே வர அந்த பெண்ணை அங்கேயே விட்டுவிட்டு தப்பி விடுகிறான் பிரபு...

8

ஆரம்ப சுகாதார நிலையம்

ஸ்டெல்லா மெயின் ரோட்டில் போலீஸ் வாகன சோதனை செய்வதை பார்க்கிறாள், ஆம்புலன்சை இடது புறம் செல்லும் ரோட்டில் திரும்புகி-றாள். சிறிது தூரம் ஓட்டிய பின்

ஒரு கிராமத்தை வந்து அடைகிறாள். சற்று தொலைவில் ஒரு அரசு ஆரம்ப சுகாதார நிலையம் இருப்பதை பார்க்கிறாள். ஆம்புலன்சை சற்று தூரம் தள்ளி நிறுத்தி விட்டு உள்ளே மயங்கி இருக்கும் சுப்ர-மணியை ஸ்ட்ரெச்சரில் தள்ளிக்கொண்டு அந்த சுகாதார நிலையத்தை அடைகிறாள். அங்கே வேலை செய்யும் ஒரு பாட்டி ஸ்டெல்லாவைப் பார்த்து ஓடி வருகிறார்.

பாட்டி:

என்னம்மா என்னாச்சு?

ஸ்டெல்லா:

ஆம்புலன்ஸ் ரிப்பேர் ஆயிடுச்சு பாட்டி ட்ரைவர் சரி பண்ண போயி-ருக்கார். அதுவரைக்கும் இங்க இருக்கலாமா?

பாட்டி:

வா மா..

என்று அவளுக்கு உதவி செய்கிறார்.

ஸ்டெல்லா:

வேற யாரும் இல்லையா?

பாட்டி:

பெரிய டாக்டர் இரவு நேரத்தில் இருக்க மாட்டாங்க மா

எதாவது அவசரம் என்றால் போன் பண்ணா வந்துடுவாங்க, போன் செய்யவா ?

ஸ்டெல்லா:

அதெல்லாம் வேண்டாம், ட்ரைவர் கொஞ்ச நேரத்தில் வந்துவிடு-வார்.

பாட்டி:

இந்த ரூமில் வெயிட் பண்ணுங்க..

என்று பாட்டி சொல்லிவிட்டு திரும்பியவுடன் ஒழித்து வைத்திருந்த மயக்க ஊசியை எடுத்து பாட்டி கழுத்தில் குத்திவிட்டாள் ஸ்டெல்லா. பாட்டி மயங்கி விழுக அவரை அருகில் இருக்கும் பெஞ்சில் படுக்க வைக்கிறாள். பின் மயக்கத்தில் இருக்கும் சுப்பிரமணியை உள்ளே கொண்டு செல்கிறாள்.

பின் தொடர்ந்து வந்த ஜனா ஊரின் வெளியே நிற்கும் ஆம்பு-லன்ஸை பார்க்கிறான், கையில் துப்பாக்கி எடுத்துக்கொண்டு மெதுவாக ஆம்புலன்ஸ் உள்ளே சென்று பார்க்கிறான், ரம்யாவும் சாந்தியும் பயத்-தில் கார் அருகில் நிற்கிறார்கள். ஆம்புலன்ஸில் யாரும் இல்லாததை தெரிந்து கொண்டு வருகிறான்.

ரம்யா ,என்னாச்சு சார்? என்று கேட்க இங்கே இல்லை என்று பதி-லளித்தான் ஜனா.

ரம்யா:

இப்ப என்ன சார் பண்றது?

ஜனா:

ரொம்ப தூரம் போயிருக்க முடியாது பக்கத்தில் தான் எங்காவது இருக்கணும், தேடி பார்க்கலாம்.

ரோடு இரண்டு புறமாக பிரிகிறது, அந்த வழியாக ஒரு பெரியவர் நடந்து வருகிறார்.

ஐயா இந்த பக்கமா ஒரு பொண்ணு ஒரு நோயாளியை தள்ளிக்-கொண்டு போனது பார்த்தீங்களா? என்று கேட்டவுடன், இல்லயே பா என்று சொல்கிறார் அந்த பெரியவர்.

ஜனா:

அப்போ இந்த பக்கம் தான் போயிருக்கணும்..

வாங்க..

என்று வேகமாக காரில் ஏறி செல்கின்றனர்..

ஊரை சுற்றி சுற்றி பார்க்கிறார்கள் எங்கும் ஸ்டெல்லாவை காண-
வில்லை.

ரம்யா:

சார் அந்த பொண்ணு ப்ரீத்தி பற்றி நீங்க கேட்கவே இல்லையே?

ஜனா:

இப்ப அதுவா முக்கியம் ? ஸ்டெல்லாவை முதலில் பிடிக்கணும்...

சாந்தி:

எங்க தான் சார் போறோம்? என் கணவருக்கு என்னாச்சு? பயமா
இருக்கு..

ஜனா அந்த ஆரம்ப சுகாதார நிலையத்தை பார்க்கிறான் இறங்கி
வந்து தள்ளு வண்டியின் சக்கர தடத்தை பார்த்தவுடன் துப்பாக்கியும்
கைவிலங்கையும் எடுத்துக்கொண்டு உள்ளே செல்கிறான், காரின் சத்தம்
கேட்டு ஸ்டெல்லா சுதாரித்துக் கொண்டாள்..

ஜனா:

சரி நான் உள்ள போறேன், ஐந்து நிமிடத்தில் நான் வெளியே
வரலை என்றால் கமிஷனருக்கு போன் பண்ணுங்க..

என்று சொல்லிவிட்டு மெதுவாக உள்ளே செல்கிறான், ஒரு பாட்டி
மயக்க நிலையில் இருப்பதை பார்க்கிறான், பாட்டி பாட்டி.. என்று
அவரை எழுப்ப முயற்சி செய்யும்போது ஸ்டெல்லா பின்னால் வந்து
ஜனா கழுத்தில் மயக்க ஊசியை குத்தி விடுகிறாள். சற்று நேரத்தில்
மயங்கி கீழே விழுகிறான் ஜனா, இதை ரம்யா பார்த்து பதட்டத்துடன்
நடுங்கிக் கொண்டே தன் போனை எடுத்து கமிஷனருக்கு போன் செய்ய
முயற்சி செய்கிறாள்.

கமிஷனர்:

ஹலோ சொல்லுங்க.. எங்க இருக்கீங்க.. ஹலோ சரியா கேட்கலை
??

ரம்யா:

பிரைமரி ஹெல்த்....

என்று சொல்லி முடிப்பதற்குள் சிக்னல் சரியாக கிடைக்கவில்லை..

ஸ்டெல்லா ஜனாவின் துப்பாக்கியை எடுத்துக் கொண்டு நிதானமாக
ரம்யாவை நோக்கி நடந்து வருகின்றாள் வந்து ரம்யா வை முறைத்து

பார்க்க..

ரம்யா:

வச்சுட்டேன் வச்சுட்டேன்.. என்று பயத்தில் தானாக போனை கட் செய்கிறாள்...

அனைவரும் ஸ்டெல்லாவின் இடத்தில் பிடிபட்டனர்..

9

மர்ம முடிச்சுகள்

கமிஷனர் அந்த மறுவாழ்வு மையத்திற்கு வருகிறார். வெற்றி அவரை பார்த்ததும் வேகமாக எழுந்து அருகில் வந்து நடந்ததை விவரிக்கிறார்.

கமிஷனர்:

உங்களுக்கு ஒன்னும் இல்லையே?

வெற்றி:

எனக்கு ஒன்னும் இல்ல சார்

கமிஷனர்:

ஹ்ம்ம்.. எப்படி இந்த இடத்தை கண்டு பிடித்தான் ?

வெற்றி:

ஹாஸ்டலில் அந்த பொண்ணு ரூமிற்கு போயிருக்கான் சார் இந்த மையத்தில் இருந்து மாதாமாதம் ஒரு ரிப்போர்ட் அனுப்புகிறார்கள் அதில் இருக்கும் அட்ரஸ் பார்த்துவிட்டு வந்திருக்கான்

கமிஷனர்:

அடுத்து என்ன பண்ணலாம்?

வெற்றி:

இந்த பெண்ணை தேடி திரும்ப வருவான் சார், அவளை ஒரு பாது-காப்பான இடத்திற்கு கொண்டு போகனும்.

கமிஷனர் அவரது உதவியாளர்

முத்துவை அழைத்து "அந்த பெண்ணிற்கு சிகிச்சை கொடுக்கும் டாக்டரை வர சொல்லுங்க, அவளை இங்க இருந்து கூட்டிட்டு போக ஏற்பாடு பண்ணுங்க" என்று கூறுகிறார்.

அங்கிருந்து தப்பித்த பிரபு வேறொரு லேடீஸ் ஹாஸ்டல் வருகிறான், இது அவன் இதற்கு முன் கொலை செய்த பெண் தங்கியிருந்த ஹாஸ்-டல். பதுங்கி உள்ளே வருகிறான், வாசலில் அமர்ந்த வாட்ச்மென் இவனை உள்ளே குதித்ததை பார்த்துவிட்டு யார் அது? என்று கத்-திக்கொண்டே அருகில் வர அவரை கத்தியால் கழுத்தில் குத்தி கீழே சாய்க்க, யாரோ ஒருவர் லைட் ஆன் செய்ய அங்கிருந்து தப்பித்து செல்கிறான்.

காவலர்கள் அனைவரும் அந்த பெண்ணை வேறு இடத்திற்கு அழைத்துச் செல்ல வேலைகள் செய்து கொண்டு இருக்க கமிஷனரின் அலைபேசி ஒலிக்கிறது..

கமிஷனர்: (அலைபேசியில்)

என்ன? எப்போ?

உடனே வரேன்..

வெற்றி:

என்னாச்சு சார் ??

கமிஷனர்:

அவன் இதற்கு முன்னாடி கடத்தி கொலை செய்த பெண் தங்கியி-ருந்த ஹாஸ்டலுக்கு போயிருக்கான், வாட்ச்மெனை குத்திட்டு ஓடிவிட்-டான்.

வாங்க சீக்கிரம் போகலாம்.

வெற்றி:

இங்க யாராவது இருக்கணும் சார் அந்த பொண்ணு உயிருக்கு ஆபத்து.

கமிஷனர்:

அங்க ஏற்கனவே ஒரு உயிர் போயிருச்சு வெற்றி..

வெற்றி:

கண்டிப்பாக இங்க வருவான் சார்.

கமிஷனர்:

சரி லோக்கல் போலீஸ் இங்க இருக்கட்டும், மணி நீ இங்க இருந்து பார்த்துக்கோ..

என்று சொல்லிவிட்டு அந்த இடத்திற்கு விரைந்து செல்கின்றனர்.

வாட்ச்மென் கொலை செய்யப்பட்ட இடத்தில்...

போலீஸ் வாகனங்கள் சூழ்ந்து நிற்க கமிஷனரின் கார் அந்த இடத்-திற்கு வருகிறது. கமிஷனரும் வெற்றியும் காரை விட்டு இறங்கி வேக-மாக வருகிறார்கள். கமிஷனர் யாரு முதலில் பார்த்தது என்று கேட்க 'இவங்க தான் சார்' என்று அந்த பெண்ணை காண்பிக்கிறார்கள். கமி-ஷனர் அந்த பெண்ணிடம் விசாரணை செய்ய,

வெற்றி அந்த கொலை செய்யப்பட்ட வாட்ச்மேன் உடலை உன்னிப்-பாக கவனிக்கிறார். சிறிது நேரம் கழித்து அந்த வாட்ச்மென் உடலை தூக்கி செல்கின்றனர். பெண்கள் அனைவரும் தள்ளி நின்று இதை பார்த்துக்கொண்டு இருக்கிறார்கள்.

கமிஷனர் போலீஸ் ஒருவரிடம்

அவனை யாராவது பார்த்தார்களா ? என்று கேட்க, அந்த போலீஸ்-காரர் இல்ல சார் அதுக்குள்ள ஓடிவிட்டான் ஆனால் கண்காணிப்பு கேமராவில் பதிவாகி உள்ளது அதை பார்த்து தான் உறுதி செய்தோம் என்று கூறினார். வெற்றி இதில் எதிலும் பங்கு கொள்ளாமல் அமைதி-யாக நின்று எதையோ யோசித்துக்கொண்டு இருக்கிறார்.

கமிஷனர் வெற்றி இடம் சென்று

இங்க எதுக்கு அவன் வரனும் வெற்றி? என்று கேட்க, வெற்றி தெரி-யயவில்லை சார் என்று அமைதியாக கூறுகிறார்.

கமிஷனர்:

இப்போ அவனுக்கு தேவை ஏதோ ஒரு பொண்ணு..

இங்க வா என்று ஒரு போலீஸை அழைத்து அவன் இதுவரைக்கும் அவனால் பாதிக்கப்பட்ட பெண்கள் தங்கி இருந்த எல்லா ஹாஸ்டல் க்கும் நான்கு போலீஸ் காவலுக்கு போட சொல்லு..

வெற்றி:

சார் அவசரப்பட வேண்டாம் அவன் சுதாரித்துக் கொண்டால் அப்-புறம் அவனை பிடிப்பது கஷ்டம்..

கமிஷனர்:

இப்போ என்ன செய்வது வெற்றி ? அவன் அடுத்து எங்க போவான் என்று நமக்கு தெரியாது.. உங்களுக்கு தெரியுமா ?

வெற்றி மௌனமாக இருக்கிறார்..

கமிஷனர் தன் காரில் உள்ள போலீஸ் ரேடியோவில், எல்லா ஹாஸ்-டல் க்கும் செக்யூரிட்டி போடுங்க என்று சொல்லிக்கொண்டு இருக்கிறார்.

வெற்றி அடுத்து என்ன செய்வது என்று தெரியாமல் ஆழ்ந்த யோசனையில் கார் அருகில் நிற்கிறார், அப்போது அவர் கேஸ் ஃபை-லில் இருந்து ப்ரீத்தி உடைய புகைப்படம் காற்றில் பறந்து அந்த ஹாஸ்-டல் வாசலில் விழுகிறது, அதை அந்த ஹாஸ்டல் வார்டன் எடுத்து வந்து அவரிடம் கொடுக்கிறார்.

வார்டன்:

சார்..

வெற்றி:

நன்றி

வார்டன்:

அந்த ஃபோட்டோ வில் இருப்பது ப்ரீத்தி தான?

வெற்றி:

ஆமாம்..

அந்த பெண் உள்ளே செல்கிறாள்,

திடிரென வெற்றிக்கு ஒரு விஷயம் தோன்றுகிறது, அருகில் உள்ள போலீஸிடம் இந்த பொண்ணு போட்டோ செய்தித்தாள் டிவி எதிலாவது வந்ததா? என்று கேட்கிறார்.

போலீஸ்:

இல்ல சார்.. அந்த பெண்ணுடைய நலன் கருதி கமிஷனர் எதிலும் போட வேண்டாம் என்று சொல்லிவிட்டார்.

வெற்றி அம்மா இங்க வாங்க என்று அந்த வார்டன் பெண்ணை அழைக்கிறார். வார்டன் அருகில் வந்து சொல்லுங்க சார் என்று கூற,

வெற்றி:

இந்த பொண்ணு ப்ரீத்தி என்று உங்களுக்கு எப்படி தெரியும்?

வார்டன்:

இங்க கொஞ்ச நாள் தங்கி இருந்தாள்.

ஏன் சார்?

வெற்றி:

எப்போ இங்க ஒரு பொண்ணு கொலை செய்யப்பட்ட போது ப்ரீத்தி இங்கதான் இருந்தாளா ?

வார்டன்:

ஆமாம் சார் இங்க தான் இருந்தா.. அந்த கொலை நடந்து கொஞ்ச நாளைக்கு அப்புறம் தான் காலி பண்ணிட்டு சென்றாள்..

வெற்றி வேகமாக சென்று கமிஷனரிடம் ரேடியோவை பிடிங்கி,

ஹலோ ஹலோ நான் ஏசி பேசுறேன், நான் ஒரு பொண்ணு போட்டோ அனுப்புறேன், கொலை நடந்த அப்போ அந்த ஹாஸ்டலில் தங்கி இருந்தாளானு கேட்டு உடனே சொல்லுங்க... என்று கூறுகிறார்.

தன் செல்போனை எடுத்து ப்ரீத்தி போட்டோவை படம் பிடித்து அனுப்புகிறார்..

சிறிது நேரத்தில் போன் வருகிறது, அருகில் கமிஷனர் இருப்பதால் வெற்றி போனை ஸ்பீக்கரில் போடுகிறார்.

சார் ஆமாம் சார் எல்லா ஹாஸ்டல் லயும் கொலை நடந்த நேரத்-தில் அந்த பொண்ணு இருந்திருக்கிறாள் என்று போனில் கேட்டவுடன் கமிஷனர் அதிர்ச்சியுடன் வெற்றியை பார்க்கிறார்..

கமிஷனர்:

வெற்றி இங்க என்ன நடக்குது?

வெற்றி:

சார் அந்த பெண்ணுக்கு இந்த கொலைகளுக்கும் சம்பந்தம் இருக்கு, நம்மளை இங்க திசை திருப்பி விட்டு அவன் அந்த பெண்ணை தேடி அங்க போயிட்டு இருக்கான்.. நம்ம சீக்கிரம் அங்க போகனும் வாங்க..

அனைவரும் வேகமாக சென்று காரில் ஏறி செல்கின்றனர்..

பிரபு அந்த மறுவாழ்வு மையத்தின் உள்ளே வருகிறான், மூன்று போலீஸாரும் மையத்தின் செக்யூரிட்டி சிலர் மட்டுமே காவலுக்கு இருக்-கின்றனர்.

உள்ளே வந்து மறைந்து மறைந்து ஒவ்வொருவராக கொலை செய்-கிறான். கடைசியாக அந்த பெண் இருக்கும் அறைக்கு வருகிறான், அதை சுதாரித்துக் கொண்ட மணிகண்டன் அவனை துப்பாக்கியை காட்டி மடக்கி நிறுத்துகிறார்..

மணிகண்டன் செல்போன் ஒலிக்கிறது...

மணிகண்டன்'

ஹலோ சார் அவனை பிடிச்சுட்டேன்.

வெற்றி:

மணி என்ன சொல்ற?

மணிகண்டன்:

சார் அவனை துப்பாக்கி முனையில் மடக்கி வைத்து இருக்கேன் சீக்கிரம் வாங்க..

என்று சொல்லும்போது பின்னால் ப்ரீத்தி எழுந்து மணிகண்டனை நோக்கி மெதுவாக நடந்து வருகிறாள்..

வெற்றி:

மணி அந்த பொண்ணு எங்க இருக்கா..

மணிகண்டன்:

அவ இங்கதான்...

என்று சொன்ன நொடியில் கையில் ஒரு பாட்டிலை எடுத்து மணி-கண்டன் தலையில் ஒரு அடி, மணி கீழே விழுகிறான்..

வெற்றி:

மணி ஹலோ மணி...

பிரபு மணி கையில் இருந்த துப்பாக்கியை பிடுங்கி விடுகிறான்..

வெற்றி க்கு போனில் துப்பாக்கி தோட்டா வெடிக்கும் சத்தம் கேட்கி-றது, கண்களில் கண்ணீரோடு போனை வைத்துவிட்டு காரை வேகமாக ஓட்டுகிறார்.

மறுவாழ்வு மையத்தில்....

போலீஸ் கார்கள் வேகமாக உள்ளே வருகிறது. வெற்றி காரில் இருந்து இறங்கி வேகமாக அந்த அறைக்கு ஓடுகிறார், கீழே மணியின் உடல் சடலமாக கிடப்பதை சிறிது நேரம் பார்த்து கண்ணீருடன் வெளியே வந்து அமர்கிறார்.

கமிஷனர் வெற்றியை சமாதானப் படுத்துகிறார்.

முத்து:

சார் அந்த பொண்ணு ஹாஸ்டலில் குடுத்த details எல்லாமே பொய்..

வெற்றி அமைதியாக தலை அசைக்கிறார்...

கமிஷனர்:

இத எப்படி கவனிக்காமல் விட்டோம்,

வெற்றி:

கொலை செய்யப்பட்டவர்கள் எல்லாம் பெண் என்பதால் நம்ம ஒரு ஆணை தேடிக்கிட்டு இருந்தோம் மற்றும் பிரபு தான் பேசவே இல்-லையே..

கமிஷனர்:

அந்த பெண்ணிற்கும் அவனுக்கும் என்ன சம்பந்தம் ??

வெற்றி:

முதலில் அந்த பொண்ணு யாருன்னு கண்டுபிடித்தால் அதற்கான பதில் கிடைக்கும் சார்.

கமிஷனர்:

எப்படி ?

வெற்றி:

ஹாஸ்டலில் அவளோட பெட்டியில் சில மெடிக்கல் ரிப்போர்ட்ஸ் பார்த்தேன் அதை டாக்டர் கிட்ட காட்டி அவளுக்கு என்ன பிரச்சினை என்று கேட்போம். அவளுக்கு சிகிச்சை கொடுத்த டாக்டர் கிட்ட பேசி- னால் அவளுக்கும் இதில் என்ன சம்பந்தம் என்று கண்டுபிடித்து விட- லாம்.

10

இரத்த ஒப்பந்தம்

ஜனா மயக்கத்தில் இருந்து எழுந்து கொண்டான், தன் கையில் விலங்கு போடப்பட்டு இருப்பதை பார்க்கிறான். ஸ்டெல்லா துப்பாக்கியுடன் உட்கார்ந்து இருக்கிறாள், ரம்யாவும் சாந்தியும் பயத்துடன் ஒரு ஓரத்தில் உட்கார்ந்து இருக்கிறார்கள், சுப்பிரமணி (சாந்தியின் கணவர்) எந்திரிக்க முடியாமல் படுத்து இருக்கிறார். சாந்தி அவரை எழுப்ப முயல்கிறாள் ஆனால் இரத்தம் கொஞ்சம் அதிகமாக எடுத்ததால் அவரால் எந்திரிக்க முடியவில்லை..

கோவத்தில் ஸ்டெல்லாவை பார்த்து

உனக்கு என்ன தான் வேண்டும்? என்று கத்தினாள் சாந்தி.

ரம்யா:

அவளுக்கு இரத்தம் வேண்டும்..

சாந்தி:

இரத்தம் எதுக்கு? (என்று குழப்பத்துடன் கேட்கிறாள்)

ரம்யா:

அவள் இரத்தம் குடிக்கவில்லை என்றால் இறந்து விடுவா..

அப்படினு நினைச்சுட்டு இருக்கா என்று மெதுவாக சாந்திக்கு மட்டும் கேட்கும்படி சொல்கிறாள்.

சாந்தி:

அப்போ இவ பைத்தியமா ?

இதை கேட்டதும் என்ன சொன்ன? என்று கோவமாக எழுந்து அருகில் வருகிறாள் ஸ்டெல்லா.. இல்லை இல்லை தெரியாம சொல்லிட்

டாங்க என்று ஸ்டெல்லாவை சமாதானம் செய்து, வாய வச்சுட்டு சும்மா இருங்க என்று சாந்தியை திட்டுகிறார் ரம்யா..

சுப்பிரமணி தண்ணீர் வேண்டும் முடியல என்று கத்த ஆரம்பிக்க, ஜனா அவருக்கு என்ன ஆச்சு என்று ரம்யா விடம் கேட்கிறான்.

ரம்யா:

இரத்தம் நிறைய எடுத்ததால் இப்படி பலவீனம் ஆகிட்டார்..

ஜனா:

இப்ப என்ன செய்யனும்னு சொல்லுங்க?

ரம்யா:

Plasma expander அவர் உடம்பில் ஏற்ற வேண்டும்..

ஜனா:

அப்படின்னா?

ரம்யா:

அது glucose மாதிரி.. அது பேரு... என்று யோசனை செய்ய ஸ்டெல்லா "Hetastarch" என்று பதிலளித்தாள்..

அதே தான் Hetastarch இரத்தம் நிறைய எடுக்கப்பட்டால் உடம்-பில் அத ஏத்தனும்..

ஜனா:

அது எங்க கிடைக்கும்?

ரம்யா:

மருந்து கடைகளில் கிடைக்கும், ஆம்புலன்ஸில் கூட இருக்கும்..

ஸ்டெல்லா:

ஆம்புலன்ஸில் இல்லை..

ரம்யா:

இது ஆரம்ப சுகாதார நிலையம் மாதிரி தெரியுது இங்க இருக்கவும் வாய்ப்பு இருக்கு...

ஜனா:

அப்போ போய் தேடி எடுத்துட்டு வாங்க...

என்று கூற ரம்யா ஸ்டெல்லாவை பார்க்கிறாள்...

ஜனா:

அவருக்கு உதவி பண்ணு, உனக்கு தேவை இரத்தம் தான்? என்-கிட்ட இருந்து எடுத்துக்கோ.. என்று ஸ்டெல்லா விடம் கூறுகிறான்.

ரம்யா:

சார் வேண்டாம்..

ஜனா:

வேற வழி இல்ல, அவரை பாருங்க.. அவரை காப்பாற்ற வேண்டும்.. என்கிட்ட இருந்து இரத்தம் எடுத்துக் கொடுங்கள்..

என்று கூறியவுடன் ஸ்டெல்லா தான் வைத்திருந்த இரத்தம் எடுக்க உபயோகிக்கும் பையை எடுத்து வீச ரம்யா அதை எடுத்துக்கொண்டு

ஜனா விடம் இருந்து இரத்தம் எடுக்கிறாள்... சிறிது நேரத்தில் பையில் இரத்தம் அதை ஸ்டெல்லா விடம் கொடுக்க அதை புன்ன-கையுடன் வாங்கி சற்று ருசித்து விட்டு அவளுடைய பையில் வைத்துக் கொள்கிறாள். அதை பார்த்த சாந்தி வாந்தி வருவது போல் செய்கிறாள்.

இப்போ போய் பாருங்க என்று ஜனா கூற, ஸ்டெல்லா அதற்கு அனுமதி தருகிறாள்..

ஸ்டெல்லா:

ஐந்து நிமிடத்தில் வரனும்..

ரம்யா சரி என்று சொல்லிவிட்டு சென்று சிறிது நேரம் தேடுகிறாள் ஆனால் அந்த பொருள் கிடைக்கவில்லை, வந்து விஷயத்தை கூற ஜனா, இப்ப என்ன செய்வது? என்று கேட்கிறான்.

ரம்யா:

மருந்து கடைக்குத் தான் போகனும்..

சாந்தி:

தயவு செய்து என் கணவரை காப்பாற்று.. என் இரத்தமும் கொடுக்-கிறேன்...

ஜனா:

நம்ம யாராவது அவருக்கு இரத்தம் கொடுக்கலாமா?

ரம்யா:

சார் இரத்தத்தை பரிசோதனை செய்யாமல் அப்படியே எல்லாம் உடம்பில் ஏத்த கூடாது... வேற வழியே இல்ல hetastarch தான் வேண்டும்..

சாந்தி கெஞ்சிக் கேட்க ஸ்டெல்லா அந்த hetastarch வாங்கிவர சம்மதம் தெரிவிக்கிறாள்..

மறுவாழ்வு மையத்தில்....

கமிஷனர் ப்ரீத்தி பற்றி மருத்துவர்களிடம் செல்போனில் கேட்டு தெரிந்து கொள்கிறார்.

கமிஷனர்:

வெற்றி ஜனா கூட இருக்கும் அந்த டாக்டர் ரம்யா சிறிது காலம் ப்ரீத்தி க்கு சிகிச்சை அளித்திருக்கிறார். அவரை கேட்டால் தெரியும் என்று சொல்கிறார்கள்.

வெற்றி:

இப்போ அவர்கள் எங்கே?

கமிஷனர்:

ஸ்டெல்லா வை தேடிக்கொண்டு சென்றார்கள், தகவல் இல்லை. அனைவர் செல்போனும் ஸ்விட்ச் ஆஃப் செய்யப்பட்டுள்ளது கடைசி-யாக அவர்கள் செல்போன் சிக்னல் அருகில் உள்ள ஒரு கிராமத்தில் உள்ள டவரில் இருந்துள்ளது.

வெற்றி அந்த கிராமத்திற்கு உடனே செல்வோம் என்று கூற அனை-வரும் வேகமாக கிளம்புகிறார்கள்.

11

அத்தியாயத்தின் முடிவு

ஒரு மெயின் ரோட்டில் ஒரு காவலர் தன் வாகனத்தில் அமர்ந்து தன் செல்போனை பார்த்துக்கொண்டு இருக்கிறார். அவர் வைத்துள்ள போலீஸ் ரேடியோவில் ஒரு குரல் ஒலிக்கிறது.

குரல்:

ஹலோ மெயின் ரோட்டில் யாரு duty பார்க்குறீங்க ??

குமார்:

ஐயா நான் தான் 302 குமார் இருக்கேன் ஐயா..

குரல்:

"ஒரு பொண்ணு மெண்டல் ஹாஸ்பிடலில் இருந்து தப்பித்து வந்து- விட்டாலாம். அவ நம்ம ஸ்டேஷன் எல்லையில் இருக்கிறதா இப்போ தான் கமிஷனர் அலுவலகத்தில் இருந்து தகவல் வந்தது, சந்தேகப்படும் விதமாக யாராவது பார்த்தா உடனே தகவல் சொல்லு, அவ ரொம்ப டேஞ்சர் கவனமாக இரு"

குமார்:

சரிங்க ஐயா..

என்று சொல்லிவிட்டு காத்திருக்க சிறிது நேரத்தில் செவிலியர் உடையில் ஒரு பெண் அந்த மெயின் ரோட்டில் நடந்து வருவதை குமார் பார்க்கிறார். ஆம் நம் ஸ்டெல்லா தான், அங்கே உள்ள மருந்து கடைக்குச் சென்று அந்த hetastarch என்னும் பொருளை வாங்க

வந்திருக்கிறாள். இந்த நேரத்தில் எதற்காக ஒரு பெண் இப்படி வர வேண்டும் என்று குமாருக்கு தோன்ற அவளை வெளியே இருந்து கண்காணிக்க ஆரம்பிக்கிறார். சிறிது நேரத்தில் அந்த பொருளை வாங்கிவிட்டு ஸ்டெல்லா வெளியே வர குமார் அவளை பின் தொடர ஆரம்பிக்கிறார். அதை கவனித்த ஸ்டெல்லா வேகமாக நடக்க ஆரம்பித்தாள், குமார் விடாமல் துரத்த, ஸ்டெல்லா ஆரம்ப சுகாதார நிலையத்தை வந்து அடைகிறாள், குமார் ஒழிந்து இருப்பதை பார்த்து விட்டு உள்ளே செல்கிறாள். குமார் வேகமாக உள்ளே வர பதுங்கி இருந்த ஸ்டெல்லா அவர் கழுத்தில் அவள் வைத்திருந்த மயக்க ஊசியை குத்தும் விடுகிறாள். குமார் மயக்கம் அடையாமல் நிற்கிறார்.

இதை மற்றவர்கள் பார்க்க,

சாந்தி:

என்ன இவரு மயங்கவே இல்ல...

ரம்யா:

குண்டாக இருப்பதால் அவர் உடம்புக்கு மருந்தின் அளவு பத்தலைனு நினைக்கிறேன்..

சார் நீங்க கொஞ்ச நேரத்தில் மயங்கி விழ போறீங்க அதுக்குள்ள அவளை எதாவது பண்ணுங்க என்று ரம்யா குமாரிடம் கத்த, குமார் ஒன்றும் புரியாமல் நிற்கிறார்.

ரம்யா:

அவளை அடியா இல்லைனா உன்னையும் கட்டி போட்டு விடுவாள் என்று சொல்ல ஸ்டெல்லா துப்பாக்கியை எடுக்க முயற்சிக்க அதற்குள் குமார் ஸ்டெல்லாவின் முகத்தில் ஒரு குத்து விட அவள் மயங்கி விழுகிறாள் சிறிது நேரத்தில் குமாரும் மயங்கி விழுகிறார்...

சாந்தி:

அட ச்சே என்ன மேடம் இப்படி ஆயிடுச்சு? இப்ப என்ன பண்றது?

ரம்யா:

என்ன பண்றது? கையை இருக்கமா கட்டிட்டா அசைய வே முடியலை, உன்னால முடியுமா?

சாந்தி:

ஹ்ம்ம் ஹ்ம்ம் சுத்தமா முடியலை

ரம்யா:

இந்த போலீஸ் எந்திரிக்க கண்டிப்பாக இரண்டு மணி நேரம் ஆகும்..

சாந்தி:

அதுக்குள்ள அவள் எழுந்து விட்டால்?

ரம்யா:

அதான் எனக்கும் பயமா இருக்கு..

ஜனா:

ஏன் மேடம் இரத்தம் குடிச்சா ஒன்றும் ஆகாதா?

ரம்யா:

கண்டிப்பா ஆகும், தல சுத்தும் வாந்தி வரும் ஆனால் கொஞ்சம் நேரம் ஆகும்.

சாந்தி:

சுத்தம் அதுக்குள்ள நம்ம எல்லோர் இரத்தத்தையும் எடுத்துருவா போல இருக்கு...

அடுத்து என்ன செய்வது என்று தெரியாமல் அனைவரும் மௌன-மாக இருக்கிறார்கள்.

கமிஷனரும் வெற்றியும் அந்த கிராமத்தை வந்த அடைகிறார்கள். அந்த ஊர் காவல் நிலையத்தில் விசாரிக்க மெயின் ரோடு காவலில் குமார் நியமிக்கப்பட்டது தெரிய வருகிறது. குமாரை தேடி வேகமாக அங்கு வருகிறார்கள், குமாரின் வண்டி நிற்பதை பார்க்கிறார்கள். அவர் செல்போனை தொடர்பு கொள்ள அது ஒலித்துக் கொண்டே இருக்கிறது.

வெற்றி அருகில் இருக்கும் மருந்து கடையில் கண்காணிப்பு கேமரா இருப்பதை பார்க்கிறார். அங்கே சென்று விசாரிக்க சிறிது நேரம் முன்பு ஸ்டெல்லா அந்த கடைக்கு வந்தது தெரிய வருகிறது. உடனே ஊருக்-குள் தேட ஆரம்பிக்கிறார்கள், ஆம்புலன்ஸ் நின்ற இடத்தை கண்டு பிடிக்கிறார்கள். அருகே அனைவரும் தேட ஜனா ஓட்டி வந்த கார் அந்த ஆரம்ப சுகாதார நிலையத்தில் இருப்பதை பார்க்கிறார் வெற்றி. கார்கள் வேகமாக வரும் சத்தம் கேட்டு மூவரும் பார்க்க, ஸ்டெல்லா அந்த சத்தம் கேட்டு மயக்கத்தில் இருந்து எழுந்து கொள்கிறாள். இவர்-கள் மூவரையும் கோபத்துடன் பார்க்கிறாள். கீழே விழுந்த துப்பாக்கியை தேடுகிறாள் அது கிடைக்கவில்லை, ஆஆஆஆஆ என்று கோவமாக கத்திவிட்டு மயக்க ஊசியை எடுத்து மருந்தை அதில் ஏற்றிக்கொண்டு கதவின் பின் நிற்கிறாள். வெற்றி வேகமாக உள்ளே ஓடி வர ரம்யா தலை அசைத்து எச்சரிக்கை செய்ய வெற்றி சுதாரித்துக் கொண்டார். ஸ்டெல்லா வின் கை ஊசியை குத்தும் முன் பிடித்து விடுகிறார்.

ரம்யா:

சார் அந்த ஊசியை அவளுக்கே குத்துங்க

வெற்றி அந்த ஊசியை அவள் மீது குத்த ஸ்டெல்லா மயங்கி விழு-
கிறாள், மற்ற காவலர்கள் வந்து அவளை பிடிக்கிறார்கள்.

ஸ்டெல்லா வின் அத்தியாயம் முடிவுக்கு வருகிறது.

12

உண்மைகள்

ஆம்புலன்ஸில் சுப்பிரமணி ஏற்றப்படுகிறார், அவர் மனைவி சாந்தி க்கு ஆறுதல் சொல்கிறார் ரம்யா. வெற்றி ஒரு ஓரத்தில் நின்று கமிஷனரிடம் ஏதோ பேசிக்கொண்டு இருக்கிறார்.

ரம்யா சாந்தியின் இடம் பயப்படாதீங்க hetastarch inject பண்-ணியாச்சு கொஞ்ச நேரத்தில் எழுந்து விடுவார், ஒரு வாரத்திற்கு கடு-மையான வேலை எதுவும் பார்க்க வேண்டாம் சொல்லுங்க..

சாந்தி நன்றி என்று சொல்லிவிட்டு ஆம்புலன்ஸில் ஏறி செல்கிறார்.

வெற்றி ஜனாவின் உடல் நிலை குறித்து விசாரிக்கிறார்.

வெற்றி:

ஜனா உனக்கு என்ன ஆச்சு?

ஜனா:

எனக்கு ஒன்னும் இல்ல சார்..

வெற்றி:

நீ வீட்டுக்கு புறப்படு, நாளை முழுவதும் ஓய்வு எடு நாளை கழித்து வேலைக்கு வா..

ஜனா சரி என்று சொல்லி விட்டு புறப்பட்டான்..

ரம்யா:

எப்படியோ வந்த வேலை முடிந்தது,

சரி சார் அப்போ நானும் செல்கிறேன்..

வெற்றி:

நீங்க கொஞ்சம் இருங்க..

ரம்யா:

ஏன்? சார்

வெற்றி:

ஒரு முக்கியமான விஷயம் பேசணும்.

என்று ப்ரீத்தி போட்டோ வை காண்பிக்கிறார்..

இது யாரு என்று தெரியுதா?

ரம்யா:

இது ப்ரீத்தி.. அவளுக்கு என்ன ஆச்சு?

வெற்றி:

சொல்றேன் முதலில் அந்த பெண்ணை பற்றி சொல்லுங்க..

ரம்யா:

அவளுக்கு இருப்பது ஒரு அரிதான பிரச்சினை சார்

வெற்றி:

அப்படி என்ன பிரச்சினை ?

ரம்யா:

அவளுக்கு காம உணர்ச்சியே கிடையாது, அவளால் தாம்பத்ய உறவில் ஈடுபட முடியாது சார்..

இந்த உலகத்தில் ஒரு சதவீதம் பேர் காம உணர்ச்சியே இல்லாத-வர்கள்.. அவங்களுக்கு தாம்பத்யம் தேவைப்படாது..

வெற்றி:

இப்படி ஒரு வியாதி வர என்ன காரணம்?

ரம்யா:

இதை வியாதின்னு சொல்ல முடியாது சார் ஏன் என்றால் இது உடல் சார்ந்த குறை இல்லை, மனதளவில் ஒரு பிரச்சினை அவ்-ளோதான். இப்போ ஆண்களுக்கு மது குடிப்பதால் புகை பிடித்தால் ஆண்மை குறைவு வரும்னு சொல்லுவாங்க..

அந்த நேரம் வெற்றி சிகரெட்டை பற்ற வைக்க, ரம்யா அவ்வாறு கூறியதும் ஒரு பார்வை பார்க்கிறார்..

ரம்யா:

நீங்க பிடிங்க.. ஆனால் இது அந்த மாதிரி இல்ல இது ஒரு மனநிலை சார்ந்த பிரச்சினை சார்...

ஒவ்வொருவருக்கும் ஒவ்வொரு காரணம் இருக்கும்.. குறிப்பிட்ட நபர் வாழ்க்கையை பற்றி முழுமையாக தெரிஞ்சா தான் கண்டு பிடிக்க முடி-

யும்...

வெற்றி:

அவளுக்கு ஏன் இந்த பிரச்சினை என்று நீங்க கண்டு பிடித்தீர்களா ?

ரம்யா:

முயற்சி செய்தேன் சார்.. இரண்டு வருஷம் முன்னாடி ப்ரீத்தி என்கிட்ட வந்தா.. இந்த மாதிரி ஒரு பிரச்சினை வர பெரும்பாலும் குழந்தை பருவத்தில் மனதளவில் ஏற்பட்ட பாதிப்புகள் காரணமாக இருக்கலாம். நான் அது பற்றி கேட்டபோது அவ சொல்ல மறுத்துவிட்டாள்.. காரணம் தெரிஞ்சா தானே சிகிச்சை பண்ண முடியும்னு சொன்னேன், அவ சிகிச்சைக்கு வருவதை நிறுத்திவிட்டால்..

வெற்றி:

அவள் ஊர் அப்பா அம்மா, எங்க வளர்ந்தால் அது பற்றி ஏதாவது உங்களுக்கு தெரியுமா ?

ரம்யா:

அதெல்லாம் தெரியவில்லை ஆனால் ஒரு ஆசிரமத்தில் வளர்ந்ததா சொன்னா சார்...

வெற்றி:

அந்த ஹோம் எங்க இருக்க?

ரம்யா:

சென்னையில் தான் இருக்கு

வெற்றி:

கடைசியாக அவ எப்போ உங்களை பார்க்க வந்தா ?

ரம்யா:

அது ஞாபகம் இல்ல ஆனால் நான் ஒரு நாள் அவளை வெளியே ஒரு பையன் கூட பார்த்தேன்

ஏன் சிகிச்சைக்கு வரவில்லை என்று கேட்டேன்..

வெற்றி:

என்ன சொன்னா?

ரம்யா:

அந்த பையனை காண்பித்து அவர் தான் என் காதலர், அவருக்கு என் problem பற்றி கவலை இல்லை கல்யாணம் பண்ணிக்கலாம் னு சொல்லிட்டார் என்று சொன்னா..

வெற்றி:

அந்த பையனை நீங்க சரியா பார்க்கவில்லையா?

ரம்யா:

ஆமாம் கொஞ்சம் தள்ளி நின்னுட்டு இருந்தான் முகத்தை சரியாக பார்க்கவில்லை.

இப்போதாவது சொல்லுங்க அந்த பொண்ணுக்கு என்ன ஆச்சு?

வெற்றி வேகமாக தன் செல்போனை எடுத்து கமிஷனருக்கு கால் செய்கிறார்.

வெற்றி அனைத்தயும் கமிஷனரிடம் விவரிக்கிறார்.

அவர்கள் பேசி முடித்தவுடன்...

ரம்யா:

என்ன சார் சொல்றீங்க?

வெற்றி:

ஆமாம் அவங்க இரண்டு பேரும் சேர்ந்து தான் இந்த கொலைகள் எல்லாம் செய்திருக்கலாம் என்று எனக்கு தோன்றுகிறது.

ரம்யா குழப்பத்துடன் பார்க்கிறார்...

வெற்றி அங்கிருந்து புறப்பட்டு ப்ரீத்தி வளர்ந்த குழந்தைகள் காப்பகம் வந்து அடைகிறார்.

வெற்றி:

வணக்கம்.. நான் வெற்றிவேல் அசிஸ்டென்ட் கமிஷனர் ஆஃப் போலீஸ் க்ரைம் ப்ரான்ச்

வார்டன்:

உள்ள வாங்க..

இருவரும் ஆபிஸ் ரூமிற்கு செல்கிறார்கள்..

வெற்றி:

நான் வருவேன் என்று எதிர் பார்த்து இருந்தீங்களோ?

வார்டன் மௌனமாக பார்க்கிறார்...

வெற்றி:

இல்லை நள்ளிரவில் போலீஸ் வந்தா யாரா இருந்தாலும் பதட்டம் ஆகி தான் பார்த்து இருக்கேன்.

வார்டன்:

இவ்வளோ சீக்கிரம் வருவீங்கனு எதிர்பார்க்கலை

என்று பேசிக்கொண்டே இருவரும் இருக்கையில் அமர்கிறார்கள்

வெற்றி:

பிரபு வை கைது செய்து இரண்டு வாரம் ஆகிறது, ப்ரீத்தி அவனோட காதலி என்று ஏன் நீங்க போலீஸில் தகவல் கொடுக்க-வில்லை?

என்று கேட்டவுடன் வார்டன் தன் தவறை உணர்ந்து மௌனமாக இருக்கிறார்.

வளர்த்த பாசம் ? ஹும்ம்.. உங்க பாசத்தின் விளைவு மூன்று உயிர் போயிடுச்சு, அதுல ஒருத்தர் என் கூட 10 வருஷமா இருந்தவர்..

வார்டன்:

சாரி

வெற்றி:

நேரத்தை வீணாக்க வேண்டாம் அந்த பெண்ணை பற்றி சொல்-லுங்க..

வார்டன் சில நொடிகள் அமைதியாக இருந்து விட்டு பேச ஆரம்-பிக்கிறார்,

சொன்னா தாங்க முடியுமா?

வெற்றி:

நான் போலீஸ்காரன் நிறைய பார்த்துட்டேன், நீங்க சொல்லுங்க..

வார்டன்:

ஒரு கொடூரமான இடத்தில் இருந்து மீட்டு அவளை இங்க கொண்டு வந்தோம்..

அவ ஊர் திருச்சி பக்கம் ஒரு கிராமம்.. அவளுக்கு ஆறு வயசு இருக்கும் வாங்கிய கடனை திருப்பி தர முடியாததால் அவங்க அப்பா-வும் அம்மாவும் அவமானம் தாங்க முடியாமல் அவளோட கண் முன்-னாடியே தீ குளித்து இறந்து போனாங்க.. ஆறு வயசு குழந்தை தன் அப்பா அம்மா இந்த மாதிரி கொடூரமாக சாவதை தன் கண்களால் பார்த்து இருக்கா... அதான் அவளுக்கு நேர்ந்த முதல் பாதிப்பு..

அதற்கு அப்புறம் அவங்க சொந்தகாரர் ஒருத்தர் அவளை வளர்ப்ப-தாக சொல்லி கூட்டிட்டு போயிருக்கார். இரண்டு மூன்று வருடம் அவர் வளர்த்துள்ளார் பின் பணத்திற்கு ஆசைப்பட்டு குழந்தை என்று கூட பார்க்காமல் அவளை ஒரு விபச்சார கும்பல் நடத்துபவர்கள் கிட்ட விற்றுவிட்டார். அங்க அவள் பார்த்தது நரகத்தை விட மோசமானது, அவள் சந்தித்த சித்திரவதைகள் ஏராளம்.

எப்படியோ ஊர்க்காரங்களுக்கு விஷயம் தெரிய வர அவங்க போலீ-ஸில் தகவல் கொடுத்தாங்க அவளை அங்க இருந்து மீட்டு இங்க கூட்-டிட்டு வந்தோம்.. இங்க வந்த குழந்தைகளில் மோசமான சித்திரவதை-களை பார்த்து அவள் தான்...

வெற்றி:

பிரபு அவளோட காதலன் என்று உங்களுக்கு எப்போ தெரியும்?

வார்டன்:

பிரபு அவன் காதலை அவள் கிட்ட சொன்ன உடனே உடனே எங்-கிட்ட சொன்னா, என் பிரச்சினை தெரிந்தும் கல்யாணம் பண்ண தயாரா இருக்கான்னு சொன்னா, ரொம்ப சந்தோஷப்பட்டேன்..

என்று கண்ணாடியை கழட்டி கண்களை துடைத்துக் கொண்டார்.

வெற்றி:

அவங்க இங்க வந்தா உடனே எனக்கு தகவல் கொடுங்க, இது என் நம்பர்..

மேஜையில் இருக்கும் ஒரு கார்டை எடுத்து "அவர்கள் இங்கு இருக்கிறார்களா?" என்று எழுதி கொடுக்கிறார், வார்டன் அதை பார்த்-துவிட்டு...

வார்டன்:

இங்க மொத்தம் 46 குழந்தைகள் இருக்காங்க உங்களால் முடிந்த உதவியை செய்யுங்க..

என்று சொன்னவுடன் வெற்றிக்கு புரிந்துவிட்டது அவர்கள் அங்கே தான் இருக்கிறார்கள், குழந்தைகள் உயிருக்கு ஆபத்து என்று அமை-தியாக வெளியே வந்து காரை எடுத்துக்கொண்டு கிளம்புகிறார். அவர் கிளம்பியதும் வார்டன் வேகமாக சென்று அடுத்த அறைக்கு செல்கிறார், அங்க ப்ரீத்தியும் பிரபுவும் இருக்கிறார்கள், பிரபு கையில் துப்பாக்கி, குழந்தைகள் கட்டிலில் தூங்கிக்கொண்டு இருக்கிறார்கள்.

வார்டன்:

இன்னும் எவ்வளோ நாளைக்கு இரண்டு பேரும் இப்படி இருக்க போறீங்க?

ப்ரீத்தி:

அவங்க தேடுகிற வேகம் குறைந்த உடனே இங்க இருந்து போய்வி-டுவோம்..

வார்டன்:

இவ்வளவும் பண்ணிட்டு உன்னால நிம்மதியா வாழ முடியும்னு நினைக்குறியா ?

ப்ரீத்தி மௌனமாக இருக்கிறாள்..

அவன் மாட்டிய உடனே நான் போலீஸில் சொல்லி இருந்தா இப்போ எனக்கு இந்த நிலைமை வந்திருக்காது. தயவு செஞ்சு என் குழந்தை-களை ஒன்னும் பண்ணி விடாதே..

ப்ரீத்தி:

அப்போ நான் உங்க குழந்தை இல்லையா?

வார்டன் பதில் ஏதும் சொல்லாமல் இருக்கிறார்..

13

இறுதி வேட்டை

வெற்றியின் கார் வேகமாக வந்து ரோட்டின் ஓரத்தில் நிற்கிறது, அங்கே கமிஷனர் உட்பட சில போலீஸார் அவருக்காக காத்துக்கொண்டு இருக்கிறார்கள். காரை விட்டு இறங்கி கமிஷனரிடம் செல்கிறார் வெற்றி.

வெற்றி:

சார் அவங்க இரண்டு பேரும் அங்க தான் இருக்காங்க..

கமிஷனர்:

உள்ள இறங்கி விடுவோம்..

வெற்றி:

இல்ல சார் உள்ள நிறைய குழந்தைகள் இருக்காங்க, தவிர மணி-யோட துப்பாக்கி அவங்க கிட்ட இருக்கு..

கமிஷனர்:

இப்போ என்ன செய்யலாம் ? நீங்களே சொல்லுங்க..

வெற்றி:

சொல்றேன் சார்..

முதலில் அந்த ஆசிரமத்தை சுற்றி போலீஸ் இருக்கனும் ஆனால் பக்கத்தில் போய் விட கூடாது அவங்களுக்கு தெரிந்துவிடும். இரண்டு பேர் மட்டும் தான் உள்ள போறோம் முதலில் அந்த குழந்தைகளை பாதுகாப்பாக வெளியே கூட்டிட்டு வரனும்.. என் கூட ஒருத்தர் மட்டும் வந்தா போதும்..

ஜனா:

நான் வரேன் சார்

வெற்றி:

நீ இன்னும் போகவில்லையா ?

ஜனா:

இல்லை சார் நான் வரேன்.

வெற்றி:

சொன்னா கேளு நீ புறப்படு

ஜனா:

முடியாது சார் சாரி

ஜனா முடியாது என்று பிடிவாதமாக நிற்க வெற்றி வேறு வழி இல்-லாமல் சம்மதித்தார்.

ஆசிரமத்தில்....

ப்ரீத்தி ஒரு நாற்காலியில் அமர்ந்து எதையோ யோசித்துக்கொண்டு இருக்க..

பிரபு:

நீ கொஞ்ச நேரம் தூங்கு, இந்த இடம் போலீஸ்க்கு தெரிய வாய்ப்-பில்லை...

ப்ரீத்தி:

பயமா இருக்கு

என்று அவனை கட்டி பிடித்து கொண்டாள்..

பிரபு:

ஒன்னும் இல்லை, நம்ம தப்பிக்கிறோம்

ஆசிரமத்தின் சுற்றுப்புற சுவர் அருகே வெற்றியும் ஜனாவும் நின்று உள்ளே செல்ல தயாராக இருக்கிறார்கள். வெற்றி இரவில் உபயோ-கிக்கும் பைனாகுலர் வைத்து அவர்கள் எங்கு இருக்கிறார்கள் என்று பார்க்கிறார்.

வெற்றி:

ஜனா அவங்க இடது பக்கம் கடைசி அறையில் இருக்காங்க, நீ வலது பக்கம் இருக்கும் அறைக்கு போ அங்க தான் குழந்தைகள் இருக்காங்க..

நான் போய் அவங்களை பார்க்கிறேன்,

நீ அதுக்குள்ள சத்தம் இல்லாமல் குழந்தைகளை வெளியே கூட்-டிட்டு போய்விடு..

வெற்றி:

நீ குழந்தைகளை வெளியே கொண்டு போகும் வரை நான் அவங்க கிட்ட போக மாட்டேன். ஒருவேளை அவங்களுக்கு தெரிந்துவிட்டால் நான் அவங்களை பார்த்துக் கொள்கிறேன்..

ஜனா:

சரி சார்..

இருவரும் உள்ளே குதித்து அவரவர் திசையில் செல்கிறார்கள். வெற்றி அவர்கள் இருவரும் இருக்கும் அறையை சற்று தள்ளி நின்று பார்க்கிறார் . ப்ரீத்தி தூங்க பிரபு ஒரு ஓரத்தில் அமர்ந்து இருப்பதை பார்க்கிறார்.

அங்கே ஜனா வார்டன் அறைக்கு வருகிறான்.

வார்டன்:

யார் நீ ?

ஜனா:

போலீஸ்.. எல்லாரும் வெளியே போகணும், சத்தம் இல்லாமல் எல்-லோரையும் எழுப்புங்க...

வார்டன்:

அந்த ரூமில் அவங்க..

ஜனா:

வெற்றி சார் அவங்களை பார்த்துக் கொண்டு இருக்கிறார். நம்ம சீக்-கிரம் வெளியே போகணும் சத்தம் இல்லாமல் எல்லோரையும் எழுப்புங்-கள்.

வார்டன் அனைவரையும் எழுப்ப ஆரம்பிக்கிறார்.

வெற்றி அந்த அறையை நோட்டம் விட்டு கொண்டு இருக்க குழந்-தைகள் சத்தம் கேட்டதும் பிரபு எழுந்து செல்வதை பார்க்கிறார். பிரபு அந்த அறையின் மறுமுனை க்கு நடந்து செல்கின்றான், கதவு மறைக்க அவனை வெற்றியால் பார்க்க முடியவில்லை. அவனை அங்கும் இங்கும் திரும்பி தேட பின்னால் ஒரு குரல். ஆம் பிரபு தான், வெற்றியின் தலையில் துப்பாக்கியை வைத்து விட்டான்.

பிரபு:

திரும்பாத, துப்பாக்கியை என்னிடம் கொடு.

என்று வெற்றியின் துப்பாக்கியை வாங்கிக்கொண்டு அவரை துப்-பாக்கி முனையில் மடக்கி உள்ளே அழைத்து செல்கின்றான்.

ப்ரீத்தி உறக்கத்தில் இருந்து எழுந்து கொண்டாள்...

பிரபு:

எத்தனை பேர் உள்ள வந்திருக்கீங்க ?

வெற்றி:

நான் மட்டும் தான்

பிரபு இல்லை என்பது போல் தலையாட்டி விட்டு.. ப்ரீத்தி இடம் வெற்றியின் துப்பாக்கியை கொடுத்து இவனை வாட்ச் பண்ணு நான் போய் பார்த்துவிட்டு வரேன் என்று சொல்லி விட்டு குழந்தைகள் அறையை பார்க்க செல்கின்றான். பிரபு அங்கு வருவதை சுதாரித்துக் கொண்டு அனைவரும் எதுவும் நடக்காதது போல் இயல்பாக இருக்கி- றார்கள்.

வெற்றி:

இவ்வளவும் பண்ணிட்டு இரண்டு பேரும் தப்பிக்க முடியும் என்று நினைக்குறியா ?

ப்ரீத்தி:

எங்களை விட்டுவிடுங்கள் நாங்க எங்கயாவது போய் நிம்மதியா...

வெற்றி:

நிம்மதியா ? தனியா ? ஹ்ம்ம் ?

அந்த பெண்கள் எல்லாம் என்ன தப்பு பண்ணாங்க ? அவங்களும் உன்ன மாதிரி வாழணும் தான நினைச்சு இருப்பாங்க ?

ப்ரீத்தி:

என்னால கொடுக்க முடியாத சந்தோசத்தை அவங்க மூலமாக என் பிரபுவுக்கு கொடுக்கனும் நினைத்தேன்..

என்று அவள் சொன்னவுடன் வெற்றி சத்தமாக சிரிக்கிறார்.. அந்த நேரம் பார்த்து பிரபு வருகிறான்..

பிரபு:

சிரிக்காதே

என்று துப்பாக்கியை அவர் தலையில் வைக்கிறான்.

வெற்றி:

சரி சரி

இல்லை அவ ஒரு விஷயம் சொன்னா அதான்..

நீ அவனை சந்தோசப் படுத்த இத செய்யவில்லை, உன் சந்தோ- ஷத்துக்கு செஞ்ச அதான் உண்மை..

ப்ரீத்தி:

இல்லை இல்லை

என்று கோபமாக சப்தமிட்டால்....

பிரபு அவளை சமாதானம் செய்கிறான்.

பிரபு:

ப்ரீத்தி அவன் சொல்வதை கேட்காதே

அவன் உன்னை கோவப்படுத்த முயற்சி செய்கிறான்.

வெற்றி:

யோவ் போயா சும்மா..

ஒவ்வொரு முறை அந்த பொண்ணுங்க அலறல் சத்தம் கேட்கும்-போது அவளுக்கு சந்தோசம்.

பிரபு:

வாயை மூடு

ப்ரீத்தி:

எதை வைத்து அப்படி சொல்ற

வெற்றி:

அவனை சந்தோசப் படுத்த ஒரு விலைமாது கிட்ட கூட்டிட்டு போய் இருக்கலாம்.. எதுக்கு அந்த பெண்களை கடத்திட்டு வந்து அவங்களை டார்ச்சர் பண்ணி அதை நீ அந்த ரகசிய அறையில் இருந்து பார்த்து ரசித்து...

வெற்றி ஒவ்வொன்றாக சொல்ல சொல்ல இவை அனைத்தும் ப்ரீத்தி கண்களுக்கு காட்சிகளாக வந்து போகிறது.

உன் சந்தோஷத்துக்கு தான் இதெல்லாம் நீ பண்ண.. அதான் உண்மை? என்று வெற்றி கூற

பிரபு:

நீ இப்ப சாக போற அதான் உண்மை..

இவர்கள் பேசிக்கொண்டு இருக்க ஜனா அங்கே அனைவரையும் அழைத்துக்கொண்டு வெளியே செல்கின்றான். அப்போது ஒரு குழந்தை தண்ணீர் கேன் வைத்திருக்கும் மேஜையை தட்டி விட சத்தம் கேட்டு பிரபு வேகமாக சென்று பார்க்கிறான்.. அனைவரும் வெளியே சென்று விட அந்த கீழே விழுந்த குழந்தையை தூக்கிக் கொண்டு ஜனா வெளியே ஓடுகின்றான். வெளியே அந்த வார்டன் இடம் குழந்தையை கொடுக்க, இன்னொரு குழந்தை உள்ளே இருக்கா என்று வார்டன் கூறுகிறார் அதற்குள் பிரபு துப்பாக்கியால் ஜனா வை நோக்கி சுட,

அந்த குண்டு சுவற்றில் பாய்ந்தது.

துப்பாக்கி சத்தம் கேட்டவுடன் ப்ரீத்தி ஒரு கனம் திரும்பிப் பார்க்க அந்த நொடியில் வெற்றி பாய்ந்து வந்து ப்ரீத்தி கையில் இருக்கும் துப்பாக்கியை தட்டி விட அது கீழே விழுகிறது. இருவரும் சண்டை போட ஆரம்பித்தனர், ஒவ்வொரு முறை அவள் அடிக்க வரும்போது வெற்றி அவளை அடிக்காமல் கீழே தள்ளி விட்டு துப்பாக்கியை தேடு- வதில் கவனம் செலுத்துகின்றார். அங்கே பிரபுவும் ஜனாவும் மாரி மாரி துப்பாக்கியால் சுட கொஞ்ச நேரத்தில் பிரபு வைத்திருந்த துப்- பாக்கியில் தோட்டா தீர்ந்து விட்டது உடனே வேகமாக உள்ளே ஓடி வந்து அந்த குழந்தையை தூக்கிக் கொண்டு அவள் மீது துப்பாக்கி வைத்து வெற்றியின் பின்னால் வந்து அவரை கீழே தள்ளி விடுகின்- றான். குழந்தை ஆபத்தில் இருப்பதை பார்த்ததும் வெற்றி அமைதியாக நிற்கிறார் ப்ரீத்தி அழைத்துக்கொண்டு பின் வழியாக வெளியே ஓடுகின்- றான். சிறிது நேரத்தில் ஜனா அங்கு வருகின்றான். வெற்றி தன் துப்- பாக்கியை தேடி எடுத்துவிட்டார்..

வெற்றி:

அவன் ஒரு குழந்தையை தூக்கிக்கொண்டு பின்பக்கமாக செல்கி- றான்

ஜனா:

சார் அந்த துப்பாக்கியில் தோட்டா காலி

வெற்றி:

நான் அவர்களை தொடர்ந்து செல்கிறேன். நீ அந்த பக்கம் நம் ஆட்களை தயாராக நிற்க சொல்லு, அவங்க தப்பித்து விட கூடாது, உயிரோட பிடிக்க வேண்டும், சுட வேண்டாம் என்று சொல்லு..

என்று சொல்லிவிட்டு அவர்களை விரட்டி பின்னால் இருக்கும் காட்டு வழியில் செல்கிறார் வெற்றி.

சிறிது தூரம் ஓடியதும் எதிர்ப்புறம் போலீஸார் துப்பாக்கியுடன் காத்- திருப்பதை பார்க்கிறான் பிரபு, என்ன செய்வதென்று தெரியாமல் இரு- வரும் நிற்க... வெற்றி அருகில் ஓடி வருவதை பார்க்கிறான்.

வெற்றி:

அந்த துப்பாக்கியில் தோட்டா இல்லைனு எனக்கு தெரியும்.. அந்த குழந்தையை கீழே விடு..

என்று வெற்றி சொல்கிறார்.

பிரபு கண்களில் கண்ணீரோடு ப்ரீத்தியை பார்க்கிறான். அந்த பக்கம் அவன் துப்பாக்கியில் தோட்டா இல்லாததை சொல்ல போலீஸாரை நோக்கி ஜனா ஓடி வருகின்றான்..

பிரபு போலீஸார் பார்க்க அந்த குழந்தையை தூக்கி அவள் மீது துப்-பாக்கியை வைக்க மறுமுனையில் உள்ள போலீஸார் அவனை நோக்கி சரமாரியாக சுட ஆரம்பித்தனர். வெற்றியும் ஜனாவும் சுட வேண்டாம் என்று கத்துகிரார்கள் அதற்குள் எல்லாம் முடிந்து விட்டது.

கீழே சாய்ந்தான் பிரபு, அவன் உடல் அருகில் வந்து கதறி அழுகி-றாள் ப்ரீத்தி..

வெற்றி அருகில் வந்து அந்த குழந்தையை தூக்கிக் கொள்கிறார் மற்ற போலீஸார் வந்து ப்ரீத்தி யை பிடித்து கொண்டனர்..